अदम्य जिद्द

भारताचे माजी राष्ट्रपती भारतरत्न डॉ. ए.पी.जे. अब्दुल कलाम
यांचे अनमोल विचारधन

लेखक
डॉ.ए.पी.जे.
अब्दुल कलाम

अनुवाद
सुप्रिया वकील

मेहता पब्लिशिंग हाऊस

INDOMITABLE SPIRIT by Dr. APJ ABDUL KALAM

Arrangement with Rajpal & Sons
Translated into Marathi Language by Supriya Vakil

अदम्य जिद्द । अनुभवकथन

अनुवाद : सुप्रिया वकील

प्रकाशक : सुनील अनिल मेहता, मेहता पब्लिशिंग हाऊस,
१९४१ सदाशिव पेठ, माडीवाले कॉलनी, पुणे - ४११०३०.

मुखपृष्ठ : मेहता पब्लिशिंग हाऊस
प्रकाशनकाल : ऑक्टोबर, २००८ / मार्च, २००९ / मार्च, २०१० /
ऑगस्ट, २०११ / जुलै, २०१२ / ऑगस्ट, २०१३ /
ऑगस्ट, २०१४ / सप्टेंबर, २०१५ / एप्रिल, २०१६ /
एप्रिल, २०१७ / ऑक्टोबर, २०१८ /
पुनर्मुद्रण : ऑगस्ट, २०२१

किंमत : ₹ २५०

P Book ISBN 9788190734448
E Book ISBN 9789353171797
E Books available on : play.google.com/store/books
www.amazon.in
https://books.apple.com

अनुक्रमणिका

Email : production@mehtapublishinghouse.com
author@mehtapublishinghouse.com
Website : www.mehtapublishinghouse.com

स्फूर्तिदायी व्यक्तित्वे

सर्व पद्धतींचा पाया, मग त्या सामाजिक असोत वा राजकीय, चांगुलपणावर आधारलेला असतो. देशाच्या संसदेने अमका-तमका कायदा केला म्हणून कोणताही देश महान व चांगला होत नाही, तर त्या देशातील माणसे महान व चांगली असतील, तरच त्या देशाला थोरवी प्राप्त होते.[१]

स्फूर्तिदायी व्यक्तिित्वे

माझी आई

प्रत्येकाचं जीवन हे मानवी इतिहासातील एक पान आहे, मग ती व्यक्ती कोणत्याही स्थानावर असो वा कोणतेही काम करत असो.

दुसऱ्या महायुद्धाच्या काळात आमचं कुटुंब फार खडतर परिस्थितीत जीवन कंठत होतं. मी त्या वेळी दहा वर्षांचा होतो. युद्धाच्या लाटांचे तडाखे रामेश्वरमधल्या आमच्या घराच्या उंबरठ्याशी येऊन भिडले होते. सगळ्या गोष्टींची चणचण आणि तुटवडा भासत होता. आमचं मोठं एकत्र कुटुंब होतं. माझे वडील आणि त्यांचे धाकटे भाऊ, तसंच या सगळ्यांची कुटुंबं असे आम्ही सर्व जण एकत्र राहत असू. माझी आजी आणि आई या प्रचंड खटल्याची उस्तवार करत असायच्या. त्या वेळी आमच्या घरात तीन पाळणे हालत असायचे आणि घरातलं वातावरण सुख आणि दु:ख यांदरम्यान हिंदोळत असायचं.

मी पहाटे चार वाजता उठून माझे गुरुजी श्री स्वामीयार यांच्याकडं गणित शिकायला जायचो. ते गणित विषयाचे अतिशय उत्तम शिक्षक होते. ते वर्षाकाठी फक्त पाच मुलांची मोफत शिकवणी घ्यायचे. त्यांची सगळ्या विद्यार्थ्यांसाठी एक कडक अट असायची. ती म्हणजे, प्रत्येक विद्यार्थ्यानं पहाटे अंघोळ करून पाच वाजता

त्यांच्या वर्गाला हजर राहायचं. माझी आई माझ्या तयार होण्याआधी उठून; माझ्या अंघोळीची तयारी करून मला शिकवणीला वेळेत जायला तयार होण्यासाठी मदत करत असे. मी शिकवणीहून परत यायचो तेव्हा माझे वडील वाट बघत असायचे. मी आलो की ते मला नमाज पढायला व अरबी शाळेत कुराण शरीफ शिकायला घेऊन जायचे. त्यानंतर मी तीन किलोमीटर अंतर पायी पार करून रामेश्वर रोड रेल्वे स्थानकावर वर्तमानपत्रांचा गठ्ठा आणायला जात असे. धनुष्कोडी मेल या स्थानकावरून जायची, तेव्हा त्यातून वर्तमानपत्रांचा गठ्ठा बाहेर टाकला जायचा. मग मी ती वर्तमानपत्रं घेऊन, रामेश्वरभर पळत जाऊन, गावात ती सर्वांत आधी वाटत असे. हे काम आटोपून मी आठ वाजता घरी यायचो, तेव्हा आई मला साधीशीच न्याहरी द्यायची. मी अभ्यास आणि काम या दोन्ही गोष्टी बरोबरच करत असल्यामुळं मला माझ्या बहीण-भावांपेक्षा जास्त वाटणी मिळायची. सायंकाळी शाळा सुटल्यानंतर, मी पुन्हा ग्राहकांकडं वसुलीसाठी हिंडायचो. त्या काळचा एक प्रसंग आजही माझ्या स्मरणात आहे. एकदा आम्ही सगळी बहीण-भावंडं जेवायला बसलो होतो. माझी आई माझ्या पानात चपात्या वाढत होती. (आम्ही मुख्यत्वे भात खाणारे असल्यामुळं तांदूळ भरपूर उपलब्ध होता, पण गहू रेशनवर मिळायचा.) माझं जेवण झाल्यानंतर, माझ्या मोठ्या भावानं मला बाजूला बोलावून चांगलंच झापलं, ''कलाम, काय झालं कळलं का तुला? तू चपात्यांमागून चपात्या खात राहिलास आणि आई तुला वाढत राहिली. तिनं तिच्या वाट्याच्या सगळ्या चपात्या तुला वाढल्या. सध्या दिवस बिकट आहेत. तू जबाबदार मुलासारखं वाग, तुझ्या आईला उपासमार घडवू नकोस.''

मला पहिल्यांदाच आपण थरथरतोय असं जाणवलं. माझ्या अंगाला कंप सुटला होता, मी स्वत:ला आवरू शकलो नाही. मी धावत जाऊन आईला मिठी मारली. मला अजूनही पौर्णिमेच्या चांदण्यारात्री

आईची आठवण होते. मी 'विंग्ज ऑफ फायर' या माझ्या पुस्तकात 'मदर' या कवितेत तिचं व्यक्तिचित्र रेखलं आहे.

मी दहा वर्षांचा होतो, तेव्हाचा तो दिवस
मला अजूनही स्मरतो,
मी तुझ्या मांडीवर झोपलो होतो
आणि थोरल्या बहीण-भावंडांना किती
मत्सर वाटत होता....
ती पौर्णिमेची चांदणी रात्र होती
माझं विश्व फक्त तुलाच ठाऊक होतं आई! माझी आई!
मध्यरात्रीच्या वेळी मी जागा झालो
माझ्या गुडघ्यावर तुझे अश्रू टपटप ओघळत होते
तुझे प्रेमळ हात, हळुवार स्पर्शानं वेदना पळवून लावणारे
तुझं प्रेम, तुझं काळजी घेणं, तुझा विश्वास
यांनीच तर मला सामर्थ्य दिलं,
जगाला निर्भयपणे तोंड देण्याचं आणि
त्या जगन्नियंत्याची शक्ती जाणण्याचं
'कयामत'च्या थोर दिनी आपण पुन्हा
भेटू, आई!

ही माझ्या आईची कहाणी. तिला त्र्याण्णव वर्षं आयुष्य लाभलं. ती प्रेमाचं प्रतीक होती, सहृदयतेचं प्रतीक होती आणि सर्वांत महत्त्वाचं म्हणजे ती दैवी स्त्री होती. माझी आई दररोज पाच वेळा नमाज पढत असे. प्रत्येक वेळी तिला नमाज पढताना पाहून मला स्फूर्ती व प्रेरणा लाभत असे.

स्त्रीत्व ही परमेश्वराची एक सुंदर निर्मिती आहे. मला दोन थोर महिलांच्या आठवणीनं सदैव स्फूर्ती व नवजीवन लाभतं. त्या म्हणजे- एक माझी आई आणि दुसऱ्या, भारतरत्न एम.एस. सुब्बलक्ष्मी.

भारतरत्न एम. एस. सुब्बलक्ष्मी

आणखी एक थोर आई म्हणजे एम. एस. सुब्बलक्ष्मी, कर्नाटकी संगीताची जननी! मी त्यांना सर्वप्रथम ऐकलं ते १९५० साली.

तिरुवैयरला त्यागराज महोत्सवात. हा महोत्सव दरवर्षी जानेवारी महिन्यात आयोजित केला जातो. मी त्या वेळी त्रिचीमध्ये महाविद्यालयीन शिक्षण घेत होतो. मी या महोत्सवाला माझा जिवलग, संगीतप्रेमी मित्र संथनमसोबत गेलो होतो. 'पंचरत्नकृती' नंतर एम. एस. सुब्बलक्ष्मींनी सुप्रसिद्ध त्यागराज कीर्तनाचे सूर छेडले.... "एन्डारो महानुभवालू अंधारिग्गी वंदनमुलू..."

या गीताचे स्वर माझ्या सर्वांगात गुंजत राहिले आणि माझं तन-मन आनंद व समाधानानं उल्हसित झालं. या गीताचा अर्थच तसा सामर्थ्यवान होता! ते सूर माझ्या काळजाला भिडले आणि मी एम. एस. सुब्बलक्ष्मींचा कायमचा चाहता बनलो.

एम. एस. सुब्बलक्ष्मींच्या मते, "भक्ती म्हणजे आपण आपल्या अंतरंगात वसलेल्या देवत्वाप्रती दर्शवतो, तो समर्पणभाव होय. एकदा का आपण आपल्यातच असणाऱ्या देवत्वाप्रती भक्तिभाव ठेवू लागलो की आपल्या मनात बाह्य जगातल्या प्रत्येकाप्रती अशीच प्रीती निर्माण होते. याचं कारण असं की, प्रत्येक गोष्टीमध्ये तेच दैवी सत्य दौडत असतं. जेव्हा एखादा भक्त या अवस्थेप्रत पोहोचतो, तेव्हा जगाची सेवा ही त्याची श्रद्धा बनते."

भक्ती म्हणजे आपण आपल्या अंतरंगात वसलेल्या देवत्वाप्रती दर्शवतो, तो समर्पणभाव होय.

मी एम.एस. सुब्बलक्ष्मींना अनेक मैफिलींत भेटलो आहे. १९९८ साली राष्ट्रपती भवनातील अशोका हॉलमध्ये त्यांना भारतरत्न सन्मान प्रदान करण्यात आला, त्या वेळी मला फार आनंद झाला होता. मी त्यांच्या शेजारी बसलो होतो. त्यांनी माझ्या मस्तकावर हात ठेवून मला आशीर्वाद दिला होता, हा माझ्या आयुष्यातला सर्वोत्तम क्षण आहे.

त्यांची श्रद्धा होती की, " श्रोत्यांचं मन परमेश्वराकडं व त्याच्या अस्तित्वाचं प्रकटीकरण असणाऱ्या गोष्टींकडं घेऊन जाणं हा कोणत्याही 'रागा' चा उद्देश असतो."

१२ डिसेंबर, २००४ रोजी त्यांनी अखेरचा श्वास घेतला. त्या वेळी मी त्यांच्या घरी होतो. त्यांना चिरस्थायी आध्यात्मिक शांतिप्रत पोहोचलेलं पाहिलं आणि माझ्या मनात आदरांजलीपर शब्द उमटले...

तुम्ही श्रीरागम्‌मध्ये उत्कृष्टता साध्य केलीत
आणि भक्ती संगीतात उत्तुंग शिखरं गाठलीत
तुम्ही अण्णमाचार्य, पुरन्दरदास कीर्तने आणि
कर्नाटक संगीताच्या त्रिमूर्तीत श्रेष्ठ कामगिरी बजावलीत
तुम्ही काळाचं बोट धरून विरून गेला असलात,
तरी तुमचं सुंदर कृतींचं संगीत
भविष्यात अनंतकाळपर्यंत टिकून राहील.
तुम्ही संगीतात जन्मलात, संगीतात जगलात
आता तुम्ही दैवी संगीतात विलीन झाला
आहात....कायमच्या.[१]

पाच महान आत्मे

माझे माता-पिता आणि गुरुजन यांच्याखेरीज, मला स्फूर्ती देणाऱ्या व माझ्यावर प्रभाव टाकणाऱ्या आणखी पाच व्यक्ती आहेत. हे सर्व जण शास्त्रज्ञ आहेत. मी त्यांना महान आत्मे असं संबोधतो.

प्रोफेसर विक्रम साराभाई

मी आता जेव्हा डॉ. साराभाईंचं एकपानी निवेदनात शब्दबद्ध केलेलं हे स्वप्न पाहतो व त्याची फलनिष्पत्तीही पाहतो, तेव्हा मन आनंदानं काठोकाठ भरतं.

मला प्रोफेसर विक्रम साराभाईंबरोबर सात वर्षे काम करण्याचं भाग्य लाभलं. त्यांच्या निकट संपर्कात काम करत असताना, मी भारताच्या अवकाश कार्यक्रमांच्या स्वप्नाचा उष:काल होताना पाहिला. १९७० साली एक एकपानी निवेदन तयार करण्यात आलं होतं, त्यात म्हटलं होतं– "भारताने त्याच्या सामर्थ्यसंपन्न वैज्ञानिक ज्ञानाच्या आधारे व देशातील तरुणाईच्या बळावर स्वत:चे अंतरिक्ष यान तयार करावे, ज्यायोगे संपर्क व दळणवळण, दूरवरच्या प्रदेशांशी संपर्क आणि हवामानशास्त्राचा अभ्यास करणे शक्य होईल आणि हे अंतरिक्ष यान या देशाच्या मातीतूनच अवकाशात झेपावावे आणि उपग्रह दळणवळण, दूरवरच्या प्रदेशांशी संपर्क आणि हवामानशास्त्र या क्षेत्रांत भारतीय जीवन समृद्ध व्हावे."

अंतरिक्षातून पृथ्वीकडे येणाऱ्या शक्तिकिरणांचे (Cosmic Rays) अभ्यासक व थोर वैज्ञानिक असणाऱ्या या महान व्यक्तिमत्त्वाने

अनेक वर्षे अथक परिश्रम घेऊन हे एक पानी स्वप्न प्रत्यक्षात साकारले. मी या उत्क्रांतीचा साक्षीदार आहे. या प्रवासात मला खूप काही शिकता आलं.

मी आता जेव्हा हे एकपानी निवेदनात शब्दबद्ध केलेलं स्वप्न पाहतो, तेव्हा मन आनंदानं काठोकाठ भरतं. आज आपण कोणत्याही प्रकारचा उपग्रह, कोणत्याही प्रकारचे अंतरिक्ष यान बनवू शकतो आणि आपल्या भूमीवरून अवकाशात पाठवू शकतो, कारण भारताकडं त्यासाठी आवश्यक ती सामर्थ्यवान सोयी-सुविधांची व शक्तिमान मानवी साधनस्त्रोतांची संपूर्ण क्षमता आहे.

प्रोफेसर सतीश धवन

मी प्रोफेसर सतीश धवन यांच्याकडून खूप काही शिकलो. ते बेंगलोरच्या 'इंडियन इन्स्टिटयूट ऑफ सायन्स' या संस्थेतील महान गुरू होते, तसंच ते 'भारतीय अवकाश संशोधन संस्थे'चे (ISRO) भूतपूर्व अध्यक्ष होते. मी प्रोफेसर सतीश धवन यांच्यासोबत पहिल्या उपग्रह प्रक्षेपण यान (SLV) कार्यक्रमात एक दशकभर काम केलं. मला या कार्यक्रमात 'प्रकल्प संचालक' पदी निवड होण्याचं भाग्य लाभलं होतं.

प्रोफेसर सतीश धवन यांनी देशाला, विशेषतः तरुणांना, थोर नेतृत्वगुण दिला, जो गुण आपल्याला व्यवस्थापनशास्त्राच्या कुठल्याही पुस्तकात सापडणार नाही. त्यांनी मला त्यांच्या वैयक्तिक अनुभवांवरून खूप शिकवलं. मी त्यांच्याकडून शिकलेला सर्वांत महत्त्वाचा धडा म्हणजे, जेव्हा एखादी मोहीम प्रगतीपथावर असते, तेव्हा त्यामध्ये काहीतरी अडचणी किंवा अपयश, या गोष्टी कायम उद्‌भवतात. पण या मोहिमेची सूत्रं त्या अपयशांच्या हाती जाता कामा नयेत. मोहिमेच्या म्होरक्यानं त्या समस्येचा पाडाव केला पाहिजे. त्यावर मात केली पाहिजे आणि आपल्या टीमला यशस्वीतेकडं नेलं पाहिजे. ही धारणा त्या काळापासून माझ्यात घट्ट रुजली आहे आणि मला जीवनभर उपयोगी पडली आहे.

प्रोफेसर ब्रह्म प्रकाश

मला प्रेरणादायी ठरलेले आणखी एक थोर गुरुवर्य म्हणजे

प्रोफेसर ब्रह्म प्रकाश. मी SLV-3 कार्यक्रमाचा प्रकल्प संचालक होतो. त्या वेळी प्रोफेसर ब्रह्म प्रकाश विक्रम साराभाई अवकाश केंद्राचे (VSSC) संचालक होते.

प्रोफेसर ब्रह्म प्रकाश यांनी संचालकपदावर काम करत असताना अवकाश विज्ञान व तंत्रज्ञानाच्या विकासासाठी शेकडो निर्णय घेतले. असाच त्यांचा एक महत्त्वपूर्ण निर्णय माझ्या आठवणींच्या कुपीत सदैव जपून राहील. तो म्हणजे, SLV-3 सारखा कार्यक्रम मंजूर झाल्यानंतर, VSSC व ISRO सारख्या निरनिराळ्या संस्थांच्या अनेक प्रयोगशाळा व केंद्रं, तसंच अवकाश विभागानंही एकत्र येऊन, अशा कार्यक्रमाच्या निर्धारित ध्येयपूर्तीसाठी एक 'टीम' म्हणून काम करायचे. १९७३ ते १९८० या दरम्यान प्रचंड आर्थिक तंगी होती आणि अनेक छोट्या प्रकल्पांच्या मागण्यांची जणू चढाओढ सुरू होती. पण त्यांनी सर्व वैज्ञानिक व तंत्रविषयक कार्य SLV-3 व त्याच्या उपग्रह विकासावर एकवटलं.

जेव्हा एखादी मोहीम प्रगतीपथावर असते, तेव्हा त्यामध्ये काहीतरी अडचणी किंवा अपयश या गोष्टी कायम उद्भवतात, पण या मोहिमेची सूत्रं त्या अपयशांच्या हाती जाता कामा नयेत.

प्रोफेसर ब्रह्म प्रकाश उमद्या व्यवस्थापन विकासासाठी सुप्रसिद्ध आहेत. मी त्यांचं हे कौशल्य प्रकट करणारे काही प्रसंग सांगतो. त्यांनी रोहिणी उपग्रहाला कक्षेत आणण्याची मोहीम सिद्धीस नेण्यासाठी, प्रथमच SLV-3 कार्यक्रमासाठी व्यापक व्यवस्थापन योजना आखली होती. माझ्या कृतीदलानं SLV-3 व्यवस्थापन योजना तयार केल्यानंतर त्यांनी तीन महिने इतक्या अल्पावधीत, अवकाश वैज्ञानिक समितीच्या सुमारे पंधरा बैठका घेऊन विचारमंथन घडवलं.

चर्चा आणि मंजुरीनंतर, प्रोफेसर ब्रह्म प्रकाश यांनी या व्यवस्थापन योजनेवर स्वाक्षरी केली. अशा प्रकारे ही योजना संपूर्ण संस्थेसाठी मार्गदर्शक व कार्याला दिशा देणारी ठरली.

हाच, राष्ट्रीय स्वप्नं ध्येयाधारित कार्यक्रमांमध्ये परिवर्तित होण्याचा आरंभ होता. व्यवस्थापन योजना आकाराला आली, त्या वेळी किती निरनिराळी मतं व्यक्त झाली, मुख्य मोहिमेमुळं लोकांना त्यांचं स्वतंत्र अस्तित्व हरवण्याची भीती कशा प्रकारे सतावत होती, परिणामी संतापाचा उद्रेक व नाराजी कशा प्रकारे निर्माण होत होती, हे सगळं मला कळत होतं. व्यवस्थापन बैठकांमध्ये

एकामागोमाग एक पेटणाऱ्या सिगरेटचं अखंड धुराडं सुरू असायचं, त्या वेळी प्रोफेसर ब्रह्म प्रकाश यांच्या चेहऱ्यावर प्रसन्न स्मित उमलत असे. आणि त्यांच्या उमद्या अस्तित्वानं सगळा संताप, भय आणि पूर्वग्रह कुठल्याकुठे पळून जात असत.

आज ISRO केंद्रांमध्ये अवकाश कार्यक्रम, उपग्रह प्रक्षेपण यान, शास्त्रीय प्रयोग आणि उड्डाण मोहिमा असे सर्व उपक्रम एकदिलानं व सहकार्य भावनेनं पार पडतात. मी या थोर व्यक्तिमत्त्वाला धन्यवाद देतो. 'इंडियन इन्स्टिटयूट ऑफ सायन्स' मध्ये धातुविद्याशास्त्राचे अत्यंत सुप्रसिद्ध प्रोफेसर असणाऱ्या या महान व्यक्तित्वाने उमद्या व्यवस्थापनाची संकल्पना रूढ केली.

प्रोफेसर एम. जी. के. मेनन

माझ्या जीवनात काही विलक्षण योगायोग घडले आणि याला दोन थोर वैज्ञानिक कारणीभूत ठरले.

१९६२ सालची गोष्ट आहे. मी त्या वेळी संरक्षण मंत्रालयाच्या 'एरोनॉटिकल डेव्हलपमेंट एस्टॅब्लिशमेंट' (ADE) मध्ये वरिष्ठ वैज्ञानिक सहकारी म्हणून काम करत होतो. मी हॉवरक्राफ्ट विकास कार्यक्रमाचा प्रमुख असल्यामुळं माझ्यावर हॉवरक्राफ्टची रचना, विकास आणि त्याचं 'पायलटिंग' या जबाबदाऱ्या होत्या. एके दिवशी संचालकांनी मला सांगितलं की, एक थोर शास्त्रज्ञ ADE मध्ये येणार आहेत; त्यांना हॉवरक्राफ्टची रचना वगैरे समजावून देणं आणि शिवाय त्यांना प्रत्यक्ष सफर घडवणं हे काम तू करायचं आहेस. माझ्यासमोर एक तरुण, दाढीधारी, तत्त्वज्ञासारखं व्यक्तिमत्त्व उभं होतं. ते होते प्रोफेसर एम. जी. के. मेनन, 'टाटा इन्स्टिटयूट ऑफ फंडामेंटल रिसर्च' चे तत्कालीन संचालक. माय गॉड! तेवढ्या वीस मिनिटांत त्यांनी मला किती प्रश्न विचारले असतील! मी त्यांना हॉवरक्राफ्टमध्ये बसवून धावपट्टीवरून सुंदर सफर घडवली. ती त्यांना खूप आवडली, त्यांनी माझं अभिनंदनही केलं. मला वाटलं, विषय संपला. कुणाही इतर व्हीआयपीच्या भेटीसारखी एक भेट पार पडली.

पण एक आठवड्यानं मला तार आली. (त्या काळी ई-मेल नव्हती.) मला मुंबईच्या TIFR मध्ये 'रॉकेट इंजिनिअर' पदाच्या मुलाखतीला उपस्थित राहायला सांगितलं होतं. माझ्या ADEतल्या संचालकांनी विशेष परवानगी मिळवून माझी एका वेळच्या विमानप्रवासाची व्यवस्था केली. आणि मी मुलाखतीला गेलो. मुलाखत घेणाऱ्या मंडळात तिघेजण होते. एक प्रो. विक्रम साराभाई; त्यांना मी पहिल्यांदाच भेटत होतो. दुसरे प्रो. एम. जी. के. मेनन आणि तिसरे प्रशासनातले श्री. साफ मुलाखत तरी कसली म्हणायची! प्रोफेसर साराभाईंनी मला जे माहीत नाही, त्याबद्दल प्रश्न न विचारता, चक्क मला माहीत असलेल्या गोष्टींबाबत प्रश्न विचारले! माझ्या दृष्टीनं ही मुलाखतीची सर्वस्वी नवी पद्धत होती. मुलाखतीनंतर तासाभरातच मला माझी या पदासाठी निवड झाल्याचं सांगण्यात आलं आणि माझ्या जीवनाचं सुकाणू संरक्षण विभागातून अवकाश कार्यक्रमाकडं वळलं.

डॉ. राजा रामण्णा

SLV-3 मोहीम पूर्ण झाल्यानंतर माझ्या जीवनात पुन:प्रवेश नाट्य घडलं. १९८१ साली डेहराडूनच्या 'डिफेन्स इलेक्ट्रॉनिक्स ॲप्लिकेशन लॅबोरेटरी' (DEAl) मध्ये देशातील यशस्वी ठरलेल्या तंत्रज्ञानविषयक व वैज्ञानिक कार्यक्रमांच्या सादरीकरणासाठी एका व्याख्यानमालेचं आयोजन करण्यात आलं होतं. माझ्या सादरीकरणाआधी संरक्षणमंत्र्यांचे तत्कालीन विज्ञान सल्लागार डॉ. राजा रामण्णा यांनी 'पोखरण - I अणुचाचणी आणि त्यातील तंत्रविषयक व व्यवस्थापनात्मक आव्हाने' या विषयावर भाषण दिलं. माझं भाषण त्यांच्यानंतर होतं. राजा रामण्णा अध्यक्ष होते.

माझ्या भाषणाचा विषय होता– 'भारताच्या पहिल्या उपग्रह प्रक्षेपण यानासाठी व्यवस्थापन पद्धतींचा विकास.' या कार्यक्रमात भोजनाच्या सुट्टीदरम्यान डॉ. राजा रामण्णांनी मला सांगितलं की, 'मला तुम्हाला दहा मिनिटं भेटायचं आहे.' तो प्रसंग आजही माझ्या स्मरणात जसाच्यातसा ताजा आहे. १९८१

सालच्या मार्च महिन्यातील एक रविवार होता. सायंकाळचे पाच वाजले होते. थोर अणुशास्त्रज्ञ डॉ. राजा रामण्णा मला सांगत होते की, तुम्ही 'डिफेन्स रिसर्च अॅण्ड डिझाईन ऑर्गनायझेशन'च्या विचारार्थ असलेल्या क्षेपणास्त्र कार्यक्रमाचं नेतृत्व करू शकाल अशी मला खात्री आहे.

'डिफेन्स रिसर्च अॅण्ड डिझाईन लॅबोरेटरी' (DRDL) या कार्यक्रमाची प्रमुख (focal) प्रयोगशाळा होती. त्यांनी मला या प्रयोगशाळेच्या संचालकपदाची सूत्रं स्वीकारण्याचं निमंत्रण दिलं. मला खूप आनंद झाला. ही माझ्या संरक्षण विभागातील पुन:प्रवेशाची नांदी होती. त्यानंतर मग क्षेपणास्त्र कार्यक्रमाचा विकास घडला. बाकी सर्व इतिहास सर्वज्ञात आहेच. या सामर्थ्यवान व्यक्तिमत्त्वाने बेंगलोरच्या 'इंडियन इन्स्टिट्यूट ऑफ सायन्स'च्या समितीच्या अध्यक्षपदाची धुरा सांभाळली होती. ते दहा वर्षांहून अधिक काळ या संस्थेचा मार्गदर्शक स्रोत होते.

पुन:प्रवेशाच्या वेळी नेहमीच जशा अडचणी येतात, तसंच माझ्या या पुन:प्रवेशाच्या बाबतीतही घडलं. माझा संरक्षण विभागात पुन:प्रवेश होणं हासुद्धा खडतर प्रकार होता, माझी डॉ. राजा रामण्णांनी निवड केली असूनसुद्धा. प्रोफेसर सतीश धवनना वाटत होतं की, मला इथं ज्या वातावरणात काम करावं लागणार आहे, ते पाहता मी इथं यशस्वी होऊ शकणार नाही. त्या वेळी एक सद्गृहस्थ माझ्या मदतीला धावले. ते प्रोफेसर सतीश धवन यांचे जवळचे मित्र होते. ते म्हणजे IISCचे तत्कालीन संचालक-प्रोफेसर रामशेषन. मला संमिश्र पदार्थ (composite material) विकास या विषयात रस असल्यामुळं माझा त्यांच्याशी परिचय घडला. मला DRDO मध्ये पुन:प्रवेशाला परवानगी द्यावी यासाठी प्रो. रामशेषन यांनी प्रो. सतीश धवन यांचं मन वळवलं. प्रो. रामशेषन यांनी प्रयत्न केले नसते, तर हे घडलं नसतं.[३]

थोर द्रष्टे

ज्या काही द्रष्ट्या व्यक्तींनी तंत्रज्ञान व नवउपक्रमशील व्यवस्थापन या आयुधांच्या वापरानं आपापल्या क्षेत्रांतील मूलभूत कार्यक्षमता

परिवर्तन ही दूरदर्शी दृष्टिकोन, नवउपक्रमशील कल्पक मन आणि मार्गदर्शक नेतृत्व यांची फलनिष्पत्ती असते.

बळकट करून भारताचा चेहरामोहरा पालटला, अशा महान व्यक्तींपैकी एक अग्रेसर नाव म्हणजे श्री.सी.सुब्रह्मण्यम. ते राजकीय नेता होते, तसंच कृषीशास्त्रज्ञही होते. श्री. सुब्रह्मण्यम आणि प्रो. एम. एस. स्वामीनाथन यांनी साठच्या दशकात 'हरितक्रांती' घडवली. जर ही 'हरितक्रांती' घडली नसती तर, अन्नधान्याच्या संदर्भात आपली हातातोंडाची मिळवणी होते, एवढंच अस्तित्व उरलं असतं.

त्याच दरम्यान डॉ. वर्गीस कुरियन भारताला जगातील सर्वांत मोठा दूध उत्पादक देश बनवण्याच्या ध्येयानं धवलक्रांतीचं नेतृत्व करत होते. डॉ. होमी भाभा अणुऊर्जा क्षेत्रातील संशोधन प्रकल्पांचं नेतृत्व करत होते. त्यांच्या प्रयत्नांचं फळ म्हणून भारताची ऊर्जानिर्मिती, आण्विक औषधे व आण्विक शस्त्र विकास या क्षेत्रांत लक्षणीय प्रगती झाली.

द्रष्टा माणूस नवा देश घडवू शकतो

राष्ट्राध्यक्ष शेख जायेद बिन सुलतान अल नहायन १९६६ सालापासून अबूधाबी अमिरातीचे राज्यकर्ते आहेत. १९७१ साली स्थापन झालेल्या UAE संघराज्य स्थापनेमध्ये त्यांनी महत्त्वपूर्ण भूमिका बजावली आहे. त्या वेळेपर्यंत तो भाग म्हणजे फक्त वैराण वाळवंट होतं. तिथं उंट हेच वाहतुकीसाठी प्राधान्यानं वापरलं जाणारं माध्यम होतं. अबूधाबी अमिरात व UAE मधील इतर राज्यं गरीब व अविकसित होती. तिथली अर्थव्यवस्था मासेमारी व शिंपल्यांतील मोती शोधण्याचं काम, या किनारपट्टीवर चालणाऱ्या पारंपरिक व्यवसायांवर आधारित होती. मात्र जपानी लोकांनी कृत्रिम मोत्यांचा शोध लावल्यामुळं आखाती प्रदेशातल्या उच्च दर्जाच्या नैसर्गिक मोत्यांना असणारी जागतिक बाजारपेठ प्रचंड घसरली. त्यामुळे इथून पुढे या देशांना त्यांच्या आर्थिक वृद्धीसाठी मोती उद्योगावर अवलंबून राहणं शक्य नव्हतं.

पण आता हे सगळं इतिहासजमा झालं आहे. या ठिकाणी आता संपूर्ण परिवर्तन घडलं आहे. आता इथे दहा पदरी रस्ते, आधुनिक वाहतुकीसाठी पायाभूत संरचना, देखणे प्राणी-वनस्पती, मशिदी,

कारखाने, आरोग्यकेंद्रं, विद्यालयं, पोहण्याचे तलाव या सुविधांसह प्रत्येक नागरिकाला उत्तम जीवनमान लाभले आहे. राष्ट्राध्यक्ष शेख जायेद या महान व्यक्तित्वाचा दूरदर्शी दृष्टिकोन, नवउपक्रमशील कल्पकता व मार्गदर्शक नेतृत्व यांमुळेच चार दशकांहूनही कमी काळात हे परिवर्तन घडलं आहे. त्यांनी इथल्या वैराण वाळवंटाचा चेहरामोहरा पालटून टाकला आहे आणि उत्तम दूरसंचार व संपर्क माध्यमं असणारी, वाहतुकीच्या साधनांनी परस्परांशी जोडलेली आणि दरडोई उत्पन्नाचा आकडा अत्यंत उच्च असणारी सुंदर शहरं आणि निवासायोग्य खेडी निर्माण केली आहेत.

त्याचप्रमाणे दुबईचे दिवंगत राज्यकर्ते शेख रशीद यांनीसुद्धा कोणतीही गोष्ट अशक्य नाही या दृढ विश्वासानं बंदरं तसंच हवाई व भूमार्गावरून संपर्क निर्माण करण्यासाठी, त्याचबरोबर उद्योग व व्यापार उभारणीसाठी अनेक प्रकल्प राबवले. दुबईमधे घडलेलं परिवर्तन ही तिथल्या राज्यकर्त्यांच्या दूरदर्शी दृष्टिकोनाची प्रेरणा लाभलेल्या प्रचंड परिश्रमांची फलनिष्पत्ती आहे.

एखादी गोष्ट करण्यासाठी सर्व शक्तिनिशी झपाटून काम करणारा माणूस पाहिला की कल्पना चावला यांना स्फूर्ती व प्रेरणा लाभत असे.

संयुक्त अरब अमिरातीच्या या दोन महान व्यक्तित्वांनी हे भव्यदिव्य स्वप्न कसं काय पाहिलं असेल? त्यांच्या ठायी अशी दूरदृष्टी कशी निर्माण झाली असेल?

मला या प्रश्नाचं फक्त एवढंच उत्तर मिळालं की, या द्रष्ट्या व्यक्तींचे त्यांच्या राज्यातील जनतेवर प्रेम होते. त्यांना त्यांच्या

जनतेला राहण्यायोग्य वसतिस्थान, रोजगार व उत्तम वातावरण या माध्यमांद्वारे आपल्या जनतेला उत्तम जीवनमान द्यायचे होते. उदाहरणादाखल सांगायचं तर, वाळवंटामध्ये पाणी म्हणजे सर्वांत दुर्मिळ जीवनावश्यक बाब! पण आता तिथं पाण्याची सहज उपलब्धता आहे. तिथं समुद्राच्या पाण्यावर 'डिसॅलिनेशन' प्रक्रिया करून, पाणी पिण्यायोग्य बनवून, त्याचा पुरवठा केला जातो. मी अबूधाबीमध्ये सर्वांत मोठ्या डिसॅलिनेशन प्रकल्पांपैकी एक प्लँट पाहिला. त्यांना जरी वैराण वाळवंट लाभलं असलं, तरी परमेश्वरानं त्यांना तेल व नैसर्गिक वायू आणि भूगर्भ व सागरतीरावरून मिळणाऱ्या उर्जांचं वरदान दिलं आहे.

या दूरदर्शी द्रष्ट्या व्यक्तींनी तेल व नैसर्गिक वायू संपदेचा संयुक्त अरब अमिरातीच्या सर्वांगीण विकासासाठी वापर केला आहे आणि या नव्या संपत्तीचे लाभ लोकांपर्यंत खात्रीनं पोहोचतील याचीही दक्षता घेतली आहे.[४]

तुमचं स्फूर्तिस्थान कोणतं?

आपण सर्व जण कल्पना चावला हे नाव ओळखतो. अंतरिक्षात जाणारी पहिली भारतीय स्त्री ठरलेली कल्पना चावला आपल्या सर्व तरुणाईसाठी मोठा स्फूर्तिस्त्रोत आहे. ती म्हणायची की, "मी आकाशगंगेची कन्या आहे." तिचे गुरू त्यांच्या विषयाच्या संदर्भात तिच्यावर जादा मेहनत घ्यायचे, तसंच विद्यार्थ्यांनी नव्या कल्पनांना जन्म द्यावा यासाठी ते विद्यार्थ्यांवर प्रयोग करण्यासाठी जादा वेळ देत असत. या गोष्टींनी तिला विशेष करून प्रेरणा लाभत असे. ती म्हणायची की, मला जीवनाच्या सर्वच क्षेत्रांतल्या माणसांकडून दररोज प्रेरणा लाभते. एखादी गोष्ट करण्यासाठी सर्व शक्तिनिशी झपाटून काम करणारा माणूस पाहिला, की मला स्फूर्ती लाभते, प्रेरणा मिळते.[५]

माझे शिक्षक

एखादं मूल सात वर्षं माझ्याकडे सोपवा. त्यानंतर ते मूल – परमेश्वर किंवा सैतान – कुणीही न्यावं, ते त्या मुलाला बदलू शकत नाहीत.[१]

माझे शिक्षक

शिक्षकाची भूमिका व जबाबदाऱ्या

उमलती मनं प्रज्वलित करणं हे शिक्षकांसमोर महान जीवितध्येय असतं. उमलत्या वयातील प्रज्वलित मनं हा पृथ्वीवरील, पृथ्वीच्या वरच्या स्तरावरील, तसंच पृथ्वीच्या पोटातील सर्वांत सामर्थ्यवान साधनस्त्रोत आहे.[२]

शिक्षकाची भूमिका ही एखाद्या शिडीसारखी असते. प्रत्येक जण या शिडीचा उपयोग आपल्या जीवनात उंची गाठण्यासाठी करत असतो, पण ही शिडी मात्र आपल्या जागी घट्ट उभी असते. सापशिडीच्या खेळातल्यासारखं, ही शिडी एखाद्या माणसाला सापाच्या विश्वातही नेऊ शकते किंवा नशिबाच्या अमर्याद संधी असलेल्या विश्वातही नेऊ शकते. या व्यवसायाचं स्वरूप असं उदात्त आहे. आपल्या समाजामध्ये व लहान मुलांच्या जीवनामध्ये शिक्षकांचं स्थान माता-पित्यांनंतरचं, पण परमेश्वराच्या आधीचं आहे. माता,पिता,गुरू आणि मग देव्यम (परमेश्वर). ही केवढी वंदनीय ओळख आहे! माझ्या मते जगात शिक्षकी पेशाइतका समाजाच्या दृष्टीनं महत्त्वाचा असणारा दुसरा कोणताही पेशा नाही.[३]

शिक्षकांवर विशेषत: शाळा शिक्षकांवर प्रत्येक विद्यार्थ्याच्या स्वतंत्र जीवनाला आकार देण्याची प्रचंड मोठी जबाबदारी असते. बालपण हा पायाचा दगड असतो. याच पायावर अवघ्या जीवनाचा डोलारा उभा राहतो. बालपणी पेरलेल्या बीजांतूनच जीवनवृक्ष बहरणार असतो. बालपणी मनाची जडणघडण होत असते, त्या प्रारंभीच्या काळात दिलं जाणारं शिक्षण महाविद्यालयात व विद्यापीठात मिळणाऱ्या शिक्षणापेक्षा अधिक महत्त्वाचं आहे.[४] मुलांचं व्यक्तिमत्त्व घडवणं व त्यांची शिकण्याची क्षमता वाढवणारी मूल्यं त्यांच्यात रुजवणं, नवउपक्रमशील व सर्जनशील बनण्यासाठी त्यांच्यामध्ये आत्मविश्वास निर्माण करणं हे शिक्षकाचं ध्येय असलं पाहिजे. या शिदोरीच्या जोरावर ही मुलं भविष्याला तोंड देण्यास सक्षम होतील.

माझ्या मते, जगात शिक्षकी पेशाइतका समाजाच्या दृष्टीने महत्त्वाचा असणारा दुसरा कोणताही पेशा नाही.

शिक्षकांनी मुलांना शिकण्याची प्रक्रिया शिकवली पाहिजे व त्यायोगे मुलांना आयुष्यभर स्वतंत्रपणे ज्ञानोपासना करण्यास सक्षम केलं पाहिजे. तसंच हा वसा जीवनभर चालू ठेवायलाही शिकवलं पाहिजे.

सर्वसाधारणपणे शिक्षक उत्तम कामगिरी बजावणाऱ्या काही मोजक्या विद्यार्थ्यांकडे लक्ष देतात आणि त्यांना पुढे जाण्यासाठी सतत प्रोत्साहन देतात. मात्र, शिक्षकाची अत्यंत महत्त्वाची भूमिका असते, ती अभ्यासात कमजोर असलेल्या विद्यार्थ्यांना अधिक जास्त समजावून देण्याची, त्यांना शिकवण्यात साहाय्य करण्याची. असा शिक्षक हा खरा गुरू असतो.

आपल्या देशातील एक महान नेता, डॉ. भीमराव आंबेडकर यांचं उदाहरण मी देतो. डॉ. आंबेडकरांच्या नावाचं महत्त्व त्यांच्या पूर्ण नावात आहे – भीमराव आंबेडकर. भीमराव अस्पृश्य मानल्या जाणाऱ्या जातीतले विद्यार्थी होते आणि आंबेडकर त्यांचे शिक्षक होते, उच्चवर्णीय ब्राह्मण. आंबेडकरांनी त्यांच्या या विद्यार्थ्याची – भीमरावांची – खूप काळजी घेतली. ते केवळ भीमरावांना ज्ञानच नव्हे, तर त्यांचं भोजनसुद्धा देत असत. भीमरावांचं शिक्षण पूर्ण झालं, ते बॅरिस्टर बनले, त्या वेळी त्यांनी आपल्या या शिक्षकांचं स्मरण म्हणून स्वत:चं नाव बदलून भीमराव आंबेडकर असं केलं.[५]

शिक्षकामध्ये आवश्यक असणारे गुण

शिक्षक हा कोणत्याही देशाचा कणा असतो, जणू आधारस्तंभच... या आधारस्तंभावरच सगळ्या आशा-आकांक्षा वास्तवात रूपांतरित होतात.

आपल्या देशाचे माजी राष्ट्रपती व थोर गुरु. डॉ. सर्वेपल्ली राधाकृष्णन शिक्षकांना सल्ला देत असत की, "आपण सदैव बौद्धिक एकात्मता व सार्वत्रिक अनुकंपा यांचा पाठपुरावा केला पाहिजे. खऱ्या गुरूमध्ये ही दोन गुणवैशिष्ट्ये असतात."[६]

शिक्षकाला शिकवण्याचे काम आवडत असलेच पाहिजे व त्याची त्याच्या या व्यवसायाशी बांधिलकी असली पाहिजे. शिक्षकांनी जीवनभर शिकत राहिले पाहिजे. त्यांनी केवळ एखाद्या विषयाची 'थिअरी' व 'प्रॅक्टिकल' शिकवून थांबता काम नये, तर त्यांनी समाजाचा सांस्कृतिक वारसा व मूल्य पद्धती या बाबतीतल्या मूलभूत गोष्टींचे पूर्ण अध्यापन केले पाहिजे. शिक्षकांनी आधुनिक तंत्रज्ञानाच्या साहाय्याने विद्यार्थ्यांची अशी जडणघडण केली पाहिजे, की ते विद्यार्थी स्वतंत्रपणे ज्ञानोपासना करू शकतील."[७]

माझ्यावर प्रभाव टाकणारे शिक्षक

माझ्या जीवनामध्ये माझ्या शिक्षकांनी फार महत्त्वपूर्ण भूमिका बजावली आहे. माझ्यावर खूप मोठा प्रभाव टाकणाऱ्या व माझ्या जीवनाला आकार देणाऱ्या दोघा शिक्षकांचे मला विशेष स्मरण होते.

माझे पहिले शिक्षक

शिकण्यासाठी विचार करण्याचे व कल्पनाचित्रं रंगवण्याचे स्वातंत्र्य आवश्यक असते, आणि या दोन्ही गोष्टी शिक्षकाने सहजी द्यायला हव्यात.

मी रामेश्वरमच्या शाळेत पाचवीच्या वर्गात शिकत होतो. त्या वेळी आमच्या शाळेत श्री शिव सुब्रमणीय अय्यर नावाचे एक शिक्षक होते. आमच्या शाळेतील सर्वोत्तम शिक्षकांच्या पंक्तीत असणाऱ्या या सरांच्या तासाला बसणं सर्व विद्यार्थ्यांना प्रिय असे.

एके दिवशी त्यांनी 'पक्षी कसे उडतात' या विषयावर तास घेतला. त्यांनी फळ्यावर पक्ष्याचं चित्र काढून, त्याला पंख, शेपूट, शरीररचना असे सर्व तपशील नावांसह दिले. पक्षी पंख फडफडवताना कशा प्रकारे 'लिफ्ट' तयार करतात व उडताना

दिशा बदलण्यासाठी त्यांच्या शेपटीचा वापर कसा करतात, ते त्यांनी सविस्तर समजावून सांगितले. ते जवळजवळ पंचवीस मिनिटं पक्ष्यांच्या उडण्यासंदर्भातील विविध संकल्पना समजावून सांगत होते.

तास संपल्यानंतर त्यांनी विचारलं की, 'मी तुम्हाला जे शिकवलं, ते तुम्हाला समजलं का?'

मी सांगितलं की, 'मला समजलं नाही.' बाकीच्या बऱ्याच मुलांनी माझ्यासारखंच सांगितलं. आमच्या या उत्तरानं अय्यर सर जराही चिडले नाहीत. उलट त्यांनी आम्हा सर्वांना सायंकाळी समुद्रकिनाऱ्यावर यायला सांगितलं.

त्या दिवशी सायंकाळी आमचा सगळा वर्ग रामेश्वरमच्या सागरतीरी जमला. समुद्राच्या गरजणाऱ्या लाटा वालुकामय टेकड्यांवर धडकून विरत होत्या. आमच्या सरांनी आम्हाला समुद्रपक्षी दाखवले. दहा-वीस अशा गटागटांनी विशिष्ट आकारांत उडणारे ते पक्षी पाहून आम्ही सर्व जण स्तिमित झालो. त्यांचे आकाशाच्या पार्श्वभूमीवरचे ते आकार किती विलक्षण दिसत होते! त्यांनी आम्हाला ते पक्षी दाखवले आणि विचारलं की, 'आता सांगा, हे पक्षी उडताना कसे दिसतात? ते पंख कसे उडवतात?' पक्षी आपल्याला हव्या त्या दिशेला वळण्यासाठी शेपटीचा वापर कसा करतात त्याचं त्यांनी आम्हाला निरीक्षण करायला सांगितलं. त्यानंतर त्यांनी प्रश्न केला, "पक्ष्याचं इंजिन कुठं आहे? आणि त्याला शक्ती कशी मिळते?"

उत्तम शिक्षक अत्यंत बारकाईने योजना आखून स्वत:ला अध्यापनासाठी आणि विद्यार्थ्याला ज्ञानसंपादनासाठी सज्ज करतो.

मग त्यांनी समजावून सांगितलं की, पक्ष्याला स्वत:ची स्वत:ला शक्ती असते आणि त्यामागं त्याला जे हवं आहे, त्या गोष्टीची प्रेरणा असते. या सगळ्या गोष्टी त्यांनी आम्हाला प्रत्यक्ष जीवनातल्या उदाहरणांनिशी समजावून दिल्या. श्री. अय्यर थोर शिक्षक होते. ते आम्हाला शास्त्रीय मीमांसेसोबत निसर्गात उपलब्ध असणारी, प्रत्यक्ष व्यवहारातली उदाहरणंही समजावून देत होते. हे खरंखुरं शिकवणं!

माझ्या दृष्टीनं केवळ पक्षी कसे उडतात ते समजून घेतलं आणि विषय संपला असं घडलं नाही. पक्ष्याच्या भरारीवरच्या त्या धड्यानं माझ्या मनात एक खास जाणीव निर्माण केली. मी

मनाशी ठरवलं की, आपण पुढे अभ्यास करायचा तो उड्डाण व उड्डाण पद्धतींविषयी. श्री. अय्यर सरांच्या शिकवण्याची व मी अनुभवलेल्या या प्रसंगाची मला माझं भावी करिअर ठरवायला मदत झाली.

एकदा सायंकाळी शाळा सुटल्यानंतर मी सरांना विचारलं, "सर, उड्डाण पद्धतींबद्दल सगळं काही शिकण्यासाठी पुढं काय करावं लागतं?"

त्यावर त्यांनी मला शांतपणे समजावलं की, तू आधी आठवी पास हो, त्यानंतर मग हायस्कूलमध्ये जा आणि त्यानंतर उड्डाण पद्धतींसंदर्भातल्या शिक्षणासाठी अभियांत्रिकी महाविद्यालयात प्रवेश घे. जर तू उत्कृष्ट रीतीनं सर्व शिक्षण पूर्ण केलंस, तर कदाचित तुला उड्डाण शास्त्राशी निगडित क्षेत्रात काही संधी मिळू शकेल.

या सरांचा उपदेश अनुसरत मी जेव्हा महाविद्यालयात गेलो, तेव्हा मी भौतिकशास्त्राचा अभ्यास केला आणि 'मद्रास इन्स्टिट्यूट ऑफ टेक्नॉलॉजी' मध्ये मी 'एरॉनॉटिकल इंजिनिअरिंग' ही शाखा निवडली. माझ्या शिक्षकांचा उपदेश व आभाळात भरारी घेणाऱ्या पक्ष्यांचं प्रत्यक्ष पाहिलेलं उदाहरण यांनी मला काही उद्दिष्ट दिलं, जीवितध्येय दिलं. हे माझ्या जीवनातील महत्त्वपूर्ण वळण ठरलं. त्यामुळंच माझ्या व्यावसायिक कारकिर्दीला आकार लाभला आणि मी रॉकेट इंजिनिअर, एरोस्पेस इंजिनिअर व तंत्रकुशल व्यक्ती बनलो.[८]

माझे दुसरे शिक्षक

मी दिल्लीत संरक्षण मंत्रालयासमवेत एरोस्पेस इंजिनिअर म्हणून काम करत होतो; पुढे मी बेंगलोरच्या 'डिफेन्स डेव्हलपमेंट एस्टॅब्लिशमेंट' मध्ये दाखल झालो. त्या ठिकाणी मी संचालकांच्या सांगण्यानुसार हॉवरक्राफ्ट विकसित करण्याचा प्रकल्प हाती घेतला. त्यासाठी चक्राकार गती निर्माण करणारी बले (torques) संतुलित करणाऱ्या सुलभ प्रवाहाचा 'डक्टेड कॉन्ट्रा-रोटेटिंग प्रॉपेलर' विकसित करणं आवश्यक होतं. मला प्रचलित 'प्रॉपेलर'चं डिझाईन कसं करतात, ते माहीत होतं, मात्र मला 'कॉन्ट्रा-

रोटेटिंग प्रॉपेलर' चं डिझाईन कसं करतात त्याबाबत काहीच माहिती नव्हती.

माझ्या काही मित्रांनी सुचवलं की, तू या संदर्भात 'इंडियन इन्स्टिट्यूट ऑफ सायन्स (IICS)'च्या प्रोफेसर सतीश धवनना भेट. प्रोफेसर धवन विमानविद्याशास्त्रातील त्यांच्या संशोधनासाठी विख्यात होते.

मी माझे संचालक, डॉ. मेन्दीरत्ता यांची परवानगी घेऊन प्रा. सतीश धवन यांना भेटायला गेलो. ते एका छोट्याशा खोलीत बसले होते. सगळीकडं पुस्तकं गच्च भरलेली होती. एका भिंतीवर फळा लावलेला होता. प्रोफेसर धवननी मला कशाबद्दल बोलायचं आहे याची विचारणा केली. मी त्यांना माझ्या प्रकल्पासाठी आवश्यक असणाऱ्या बाबी सांगितल्या. त्यावर त्यांनी मला सांगितलं की, मी तुला ते 'डिझाईन' शिकवेन, पण तू इथून पुढे सहा आठवडे, दर शनिवारी दुपारी २ ते ३ या वेळात IICS मधल्या माझ्या वर्गांना उपस्थित राहायचंस. मी या वर्गांना उपस्थित राहण्याआधी कोणकोणतं संदर्भ साहित्य व पुस्तकं वाचायची, याची त्यांनी यादी तयार केली. मी या संधीकडे ज्ञानसंपादनाची एक महान संधी म्हणून पाहिलं आणि नियमित या वर्गांना उपस्थित राहू लागलो, व प्रोफेसर धवन यांना भेटू लागलो. आमच्या प्रत्येक भेटीच्या प्रारंभी ते माझी या विषयाची समज जोखण्यासाठी मला अतिशय कठीण प्रश्न विचारत असत. उत्तम शिक्षक अत्यंत बारकाईनं योजना आखून स्वत:ला अध्यापनासाठी व विद्यार्थ्याला ज्ञानसंपादनासाठी कशा पद्धतीनं सज्ज करतो, ते त्या वेळी पहिल्यांदाच माझ्या लक्षात आलं. आमचा हा शिरस्ता सहा आठवडे सुरू होता. मला 'कॉन्ट्रा-रोटेटिंग प्रॉपेलर' च्या रचना आरेखनाची संपूर्ण संकल्पना उत्तम समजली होती. त्यानंतर प्रोफेसर धवन यांनी आम्हाला तयार करायच्या असलेल्या हॉवरक्राफ्टसाठी 'कॉन्ट्रा-रोटेटिंग प्रॉपेलर' चं रचना आरेखन मला करायला सांगितलं. मला त्या वेळी समजलं की, प्रोफेसर सतीश धवन हे केवळ थोर गुरूच नाहीत तर ते विमानशास्त्र पद्धतींचे विलक्षण 'डेव्हलपमेंट इंजिनिअर' सुद्धा आहेत. रचना आरेखन पूर्ण झाल्यानंतर, ते प्रो. धवन

यांनी बारकाईनं तपासलं. त्यानंतर आम्ही 'प्रॉपेलर' बनवण्याच्या (fabrication) कामाकडे वळलो. त्यासाठी एक विशिष्ट पदार्थ (material) आवश्यक होता, पण तो बाजारात सहज उपलब्ध नसल्यामुळं प्रो. धवन त्या संदर्भात 'हिंदुस्तान एरोनॉटिक्स लिमिटेड' च्या अध्यक्षांशी बोलले. त्यांनी तो विशिष्ट पदार्थ मिळवून देण्यात साहाय्य केलं आणि मी त्याच्या मदतीनं, बहुपदरी 'सॅन्डविच' बांधणी व 'असेम्ब्ली' वापरून तो प्रॉपेलर बनवला.

त्याच्या चाचण्या घेताना प्रारंभी मला काही अडचणी आल्या, पण जेव्हा जेव्हा आवश्यकता असेल, तेव्हा प्रत्येक वेळी प्रो. धवन चाचणीच्या वेळी स्वत: तिथे हजर राहत असत व त्या अडचणींवर उपाय शोधण्यासाठी साहाय्य करत असत. अशा प्रकारे, कॉन्ट्रा-रोटेटिंग प्रॉपेलर सुरळीतपणे चाचणी होण्याच्या टप्प्यावर आला. त्यानंतर हा प्रॉपेलर सलग पंचावन्न तासांच्या कठोर चाचणीतून पार पडला. या चाचणीला स्वत: प्रो. धवन हजर होते. त्यांनी माझं अभिनंदन केलं. आम्ही तयार केलेला तो कॉन्ट्रा-रोटेटिंग प्रॉपेलर आमच्या अंतिम ध्येयाच्या आवश्यकतेनुसार कार्य करत होता! तो माझ्या आयुष्यातील फार मोठा दिवस होता.

मी तयार केलेलं हे पहिलं रचना आरेखन (design) होतं. या कामानं मला खूप आत्मविश्वास दिला आणि मी पुढे माझ्या करियरमध्ये अनेक गुंतागुंतीच्या 'एरोस्पेस सिस्टिम्स'चं रचना आरेखन केलं. या प्रकल्पामध्ये मी केवळ कॉन्ट्रा-रोटेटिंग प्रॉपेलरच्या रचना आरेखनाची तंत्रंच शिकलो नाही, तर प्रकल्प विकासाच्या टप्प्यावर अपयशांचे अनेक अडथळे उभे राहत असताना, त्या अडथळ्यांवर कशी मात करायची व कार्य कसं पार पाडायचं, हेही शिकलो.

माझ्या आयुष्यातील या दोन्ही शिक्षकांनी मला दोन अत्यंत महत्त्वाच्या गोष्टी शिकवल्या.

पहिली, गुरू शिष्याला ज्ञान देतो आणि भव्यदिव्य स्वप्ने व ध्येये रुजवून शिष्याच्या जीवनाला आकार देतो.

दुसरी, गुरू शिष्यांमध्ये आत्मविश्वास निर्माण करतो आणि 'मी

एखादी गोष्ट करू शकतो' ही जिद्द शिक्षण व शिकत राहणे या प्रक्रियांद्वारे त्यांच्या मनावर बिंबवण्यास मदत करतो.[९]

मातापिता व गुरुजन यांनी एक गोष्ट समजून घेतली पाहिजे, ती म्हणजे, या ग्रहावरचा आपल्यापैकी प्रत्येक जण – मग तो किंवा ती, कुणीही असो, मानवी इतिहासातील एक पान निर्माण करत असतो. मी माझा अनुभव हा मानवी इतिहासातील एक सूक्ष्म बिंदू आहे असं मानतो, पण या बिंदूला जीवन आहे व प्रकाशही आहे. मात्र, गुरूचे जीवन अनके दीप उजळवते.[१०]

शिक्षक तुम्हाला काही दशके पुढे नेतात

मी त्रिचिरापल्लीच्या सेंट जोसेफ्स कॉलेजमध्ये तरुण विद्यार्थी असताना, मला एक अपूर्व, दैवी व्यक्तिमत्त्व पाहण्याचा योग लाभला. हे व्यक्तित्व दररोज सकाळी बीएस्सी व एम.ए.च्या विद्यार्थ्यांचे गणिताचे तास घेण्यासाठी महाविद्यालयाच्या प्रांगणातून जाताना दिसत असे. तरुण विद्यार्थी त्यांना अतिशय मान देत असत, त्यांचा दरारायुक्त आदर वाटत असे. ते चालत असताना, ज्ञान आजूबाजूला सर्वत्र उत्सर्जित होत आहे असे वाटत असे. ते होते प्रो. तोताद्री अय्यंगार, विख्यात गणित शिक्षक. ते ज्ञानोपासना व संस्कृतीचे सर्वोत्तम प्रतीक होते.

शिक्षकांवर असणारी विशेष जबाबदारी म्हणजे तरुणांची मने प्रज्वलित करणे.

त्या वेळी 'कॅल्क्युलस श्रीनिवासन' हे माझे गणित शिक्षक होते. ते प्रो. तोताद्री अय्यंगार यांच्याविषयी अत्यंत आदरानं बोलत असत.

त्या काळी प्रो. अय्यंगार व 'कॅल्क्युलस श्रीनिवासन' पहिल्या वर्षाला शिकवत असत. मला प्रो. अय्यंगार सरांच्या तासाला बसण्याची संधी मिळाली, विशेषत: 'मॉडर्न अल्जिब्रा', 'स्टॅटिस्टिक्स' या विषयांच्या तासाला. एकदा मी त्यांना 'कॉम्प्लेक्स व्हेरिएबल्स' शिकवताना ऐकलं आहे.

'कॅल्क्युलस श्रीनिवासन' त्यांच्या वर्गातील आघाडीच्या पहिल्या दहा विद्यार्थ्यांची सेंट जोसेफच्या 'मॅथेमॅटिक्स क्लब'साठी निवड करत असत. या क्लबला प्रो. तोताद्री अय्यंगार शिकवत असत. १९५२ सालचा त्यांचा तास आजही माझ्या स्मरणात आहे. त्या तासाला त्यांनी चार महान गणित तज्ज्ञ व

खगोलशास्त्रज्ञांचा परिचय करून दिला होता. आर्यभट्ट, भास्कर, ब्रह्मगुप्त आणि रामानुजम. त्यांचा तो तास आजही माझ्या कानात गुंजतो आहे. अशा प्रकारचं स्फूर्तिदायी शिकवणं व असे तास यांनी माझ्या शिक्षणाचा पाया रचला.

माझ्या प्राथमिक, माध्यमिक व महाविद्यालयीन शिक्षकांनी मूल्याधारित शिक्षण देत मला काही दशके पुढे नेऊन ठेवलं.[११]

अध्यापन हेच जीवितध्येय

शिक्षक हे देशातील सर्वोत्तम विचारवंत असले पाहिजेत.

विद्यार्थ्यांमध्ये राष्ट्रउभारणीच्या क्षमता निर्माण करणं हा अध्यापनाचा उद्देश असतो. या क्षमता पुढे नमूद केलेल्या बाबींमधून मिळतात. शिक्षणातून मिळणारे ज्ञान, स्वानुभव आणि सांस्कृतिक वारशाच्या माध्यमातून येणारी मूल्यपद्धती. शिक्षण पूर्ण झाल्यानंतर विद्यार्थ्यांनी स्वत:मध्ये नेतृत्वगुण निर्माण करायला हवेत.

माझ्या मन:चक्षूंसमोर चित्र उभे राहते की, प्रत्येक शैक्षणिक परिसरातून हजारो ज्ञानसंपन्न विद्यार्थी बाहेर पडत आहेत. ते आपल्या देशाला आणि जगाला वैश्विक शांती आणि समृद्धी बहाल करत आहेत.[१२]

एक वचन आहे, "तुम्ही सचोटीने वागणारे असाल, तर इतर कोणत्याही गोष्टीला काही महत्त्व नसतं, आणि तुम्ही सचोटीनं वागणारे नसाल, तर कोणत्याच गोष्टीला काही अर्थ नसतो."

या वचनातून एक अत्यंत महत्त्वाचा संदेश मिळतो. समाजामध्ये सचोटीनं वागणाऱ्या एक लाख विद्वान विद्यार्थ्यांचा ओघ निर्माण झाला, तर दर पाच वर्षांनी आत्ताच्या नाजूक अवस्थेतील समाजाला खचितच मोठा व सुखद धक्का बसेल. आणि मुलांचे आदर्श (Role Models) असणारे, गुरूच्या भूमिकेतील शिक्षकच हे कार्य करू शकतात.[१३]

खुल्या पद्धतीचे अध्यापन व अध्ययन

शिकण्यासाठी विचार करण्याचं व कल्पना चित्र रंगवण्याचं स्वातंत्र्य आवश्यक असतं, आणि या दोन्ही गोष्टी शिक्षकाने व

शिक्षण पद्धतीने सहजी द्यायला हव्या. शिक्षकांनी विद्यार्थ्यांना आव्हानात्मक प्रश्न विचारले पाहिजेत, विद्यार्थ्यांना त्यावर विचार करू दिला पाहिजे व मग त्या प्रश्नांची उत्तरं घेऊन यायला लावले पाहिजे. शिक्षकांनीसुद्धा विद्यार्थ्यांनी विचारलेल्या प्रश्नांची उत्तरं शोधली पाहिजेत किंवा निदान विद्यार्थ्यांना त्या उत्तराप्रत जाण्यासाठी मार्गदर्शन तरी केलं पाहिजे, ज्यायोगे विद्यार्थी स्वत:च त्या प्रश्नाचं उत्तर शोधू शकतील. अंतिमत: शिक्षकांनी आयुष्यभर शिकत राहणारा स्वंतत्र ज्ञानोपासक घडवायचा आहे, जो भविष्यात ज्ञानसंपन्न नागरिक घडेल.

शिक्षकांनी आयुष्यभर शिकत राहणारा स्वतंत्र ज्ञानोपासक घडवायचा आहे.

मी गेल्या पाच वर्षांत, देशाच्या सर्व भागांतल्या दहा लाखांवर विद्यार्थ्यांना भेटलो आहे, विशेषत: दहा ते सतरा वर्षं या वयोगटातल्यांना. मी या विद्यार्थ्यांना भेटतो, तेव्हा त्यांच्या किमान दहा ते पंधरा प्रश्नांना उत्तरं देण्याचा माझा कटाक्ष असतो. त्याखेरीज, मी माझ्या 'वेबसाईट' वरून भारतातील व परदेशातील विद्यार्थ्यांच्या हजारो प्रश्नांना उत्तरं दिली आहेत. मी यातल्या काही प्रश्नांचा इथं आवर्जून उल्लेख करीन, विशेषत: शिक्षकांसाठी. कारण या प्रश्नांतून चौकस तरुण मनांचे विचार प्रकट होतात. या प्रश्नांवरून शिक्षकांना आपल्या विद्यार्थ्यांच्या अपेक्षा, इच्छा, आकांक्षा, बौद्धिक जागरूकता आणि स्वप्नं ध्यानात येतील.

कर्नाटक राज्य विज्ञान परिषदेच्या रजत महोत्सवी समारंभाला बेंगलोरमधील निरनिराळ्या बारा शाळांतील मुलं उपस्थित होती. त्या वेळी यातल्या काही मुलांनी फार इंटरेस्टिंग शास्त्रीय प्रश्न विचारले.

प्रार्थना विद्यालयातील नववीच्या वर्गात शिकणाऱ्या कुमार प्रज्ज्वल पी. आचार्य या विद्यार्थ्यानं विचारलं, "काळ आणि सर्वव्यापी गुरुत्वाकर्षण यांचा परस्परसंबंध काय असतो?"

मला या सुंदर प्रश्नाचं फार कौतुक वाटलं. मी त्याला सांगितलं की काळ, अवकाश आणि सर्वव्यापी गुरुत्वाकर्षण या संकल्पना अत्यंत रोमांचक आहेत. या संकल्पनांनी अनेक थोर विचारवंतांना आकर्षित केलं आहे.

"गुरुत्वाकर्षण म्हणजे भरीव कणांमध्ये त्यांच्या वस्तुमानामुळे

निर्माण होणारे आकर्षण बल होय. पदार्थाचे वजन त्याचे वस्तुमान व त्याचे गुरुत्वाकर्षण क्षेत्रातील स्थान यांवरून ठरते. आपल्याला गुरुत्वाकर्षणाच्या गुणधर्मांविषयी बरेच ज्ञान मिळाले असले, तरी गुरुत्वाकर्षण शक्तीचे कारण हे अद्याप न उलगडलेले कोडे आहे. सामान्य सापेक्षता-ज्यामध्ये वस्तुमान व ऊर्जा यांची वक्र रेषा (curve), अवकाश व गती यांच्यातील संबंध गृहीत धरला आहे - हा आत्तापर्यंतचा सर्वांत सफल गुरुत्वाकर्षण सिद्धांत आहे.

त्यानंतर कुमार भारत चौधरी या अथेना पब्लिक स्कूलमधील दहावीच्या विद्यार्थ्यानं विचारलं, "आपण अवकाशापेक्षा महासागराचा अधिक अभ्यास का करत नाही?"

मी त्याला सांगितलं की, महासागराचा आकार पृथ्वीच्या आकारानुसार मर्यादित आहे, पण अवकाश अथांग आहे. महासागराची खोली गाठणं हे अवकाशात उंची गाठण्यापेक्षा कठीण आहे. महासागराचा तळ गाठण्यात जरी अडचणी असल्या, तरी आपण त्याच शोध घेत आहोत आणि त्याचे बरेच लाभ होत आहेत. महासागराच्या उदरात ज्ञानाचे अनेक खजिने दडले आहेत, सागरी जीवनाचे कित्येक आश्चर्यकारक नमुने आहेत आणि विविध प्रकारचे नैसर्गिक साधनस्रोत आहेत. या सगळ्याचा शोध सुरू आहे.

त्यानंतर श्रोतृवृंदातील आणखी एका विद्यार्थ्यानं प्रश्न केला, "शास्त्रज्ञ व तत्त्वज्ञ यांच्यातील फरक कोणता?"

त्यावर मी उत्तरलो की, तत्त्वज्ञ व शास्त्रज्ञ या दोघांमध्ये वैचारिक प्रक्रिया हा मुद्दा समान असतो. शास्त्रज्ञाचा संबंध सिद्धांतांशी असतो. मात्र हे सिद्धांत साधार असावे लागतात. तत्त्वज्ञ

वेदांतिक, तत्त्वज्ञानपर व आध्यात्मिक विचार गृहीत तत्त्व म्हणून मानतो, या विचारांची साधारता सामाजिक गतिशीलतेवर आधारित असते. विज्ञानाची परिणती अखेर तंत्रज्ञानात होते व त्याचे समाजाला फायदे मिळतात. तत्त्वज्ञान समाजाला गतिशील बनवते.

विद्यार्थ्यांकडून विचारल्या जाणाऱ्या अशा प्रश्नांचे शिक्षकांनी स्वागत केले पाहिजे. विशेषत: चौदा ते सतरा वर्षे या वयोगटातील मुलांच्या बाबतीत; त्यांच्या उमलत्या मनावर विविध विषयांचे सौंदर्य, आव्हान व आनंद यांचे संस्कार घडवणे फार महत्त्वाचे असते. याच वयात मुलं भविष्यात कुठल्या विषयाचा-विज्ञान, अभियांत्रिकी, वैद्यकीय, कायदेविषयक की, उत्कृष्ट पुरातन वाङ्मयाचा-अभ्यास करायचा ते मनाशी पक्के ठरवत असतात.[१४]

शिक्षकाची भूमिका ही एखाद्या शिडीसारखी असते. प्रत्येक जण या शिडीचा उपयोग आपल्या जीवनात उंची गाठण्यासाठी करत असतो, पण ही शिडी मात्र आपल्या जागी घट्ट उभी असते.

शिक्षक सर्वोत्तम विचारवंत असावेत

एक शिक्षक या नात्यानं मी नमूद करतो की, शिक्षक हा कोणत्याही देशाचा कणा असतो, जणू आधारस्तंभच.... या आधारस्तंभावरच सगळ्या आशा-आकांशा वास्तवात रूपांतरीत होतात. सर्जनशीलता ही शैक्षणिक प्रक्रिया व शालेय वातावरण यांची फलनिष्पत्ती असते. तसेच त्याहून महत्त्वाचा मुद्दा असलेल्या शिक्षकांची, विद्यार्थ्यांची मने प्रज्वलित करण्याची क्षमता यांची ही फलनिष्पती असते. शिक्षकवर्ग ज्ञानसंपन्न निर्माणकर्ता असतो.[१५]

डॉ. सर्वेपल्ली राधाकृष्णन यांनी म्हटलं आहे, "शिक्षक हे देशातील सर्वोत्तम विचारवंत असले पाहिजेत"[१६]

आपल्या देशातील प्राथमिक व माध्यामिक शाळांत सुमारे पाच दशलक्ष शिक्षक काम करत आहेत. त्यांपैकी बहुसंख्य शिक्षक देशभर पसरलेल्या सहा लाख खेड्यांतील शाळांत अध्यापन करतात. खेड्यामध्ये केवळ शाळेसाठी पायाभूत संरचना पुरवून भागणार नाही, तर त्या ठिकाणी विद्यार्थ्यांसाठी एकात्मिक शैक्षणिक वातावरण निर्माण होण्याची गरज आहे आणि संपूर्ण कुटुंबासाठी उत्तम आर्थिक वातावरण निर्माण होण्याची गरज आहे, ज्यामुळे शिक्षक व विद्यार्थी दोघेही खेड्यातच राहायला पसंती देतील.

गुरूचे जीवन अनेक दीप उजळवते.

शिक्षकांचा शहरी भागात बदली करून घेण्याकडे स्वाभाविक कल दिसतो. कारण आपल्या मुलांना फक्त मोठ्या गावी किंवा शहरात चांगलं शिक्षण मिळू शकेल असं त्यांना वाटत असतं. या परिस्थितीसंदर्भात तातडीनं कृती घडवण्याची गरज आहे. आपण या खेड्यांतील शिक्षकांचं जीवनमान आरामदायी व आकर्षक बनवण्यासाठी ठोस कार्यक्रम हाती घेतला पाहिजे. हे ग्रामीण भागात शहरी सुखसुविधा पुरवण्याच्या माध्यमातून साध्य करता येऊ शकेल. भौतिक, इलेक्ट्रॉनिक व ज्ञान अशासारख्या अत्यावश्यक संपर्कमाध्यमांच्या मदतीनं शहरी सुखसुविधा ग्रामीण भागात पोहोचवल्या, तर त्यातून खेड्यांची आर्थिक भरभराट होईल.[१७]

तंत्रज्ञानाधारित अध्यापन

आपल्या शाळांमध्ये – शहरी व ग्रामीण अशा दोन्ही भागांतील - अनुभवी शिक्षकांची कमतरता आहे, तसंच प्रति विद्यार्थी शिक्षकांची उपलब्धताही अगदी कमी आहे. एकेका वर्गात चाळीस ते साठ मुलांची दाटीवाटी असते आणि या मुलांना एकच शिक्षक असतो. अशा वेळी त्या शिक्षकाच्या दृष्टीनं पंचेचाळीस मिनिटांच्या तासात वर्गातल्या प्रत्येक मुलाकडं लक्ष देणं अशक्य असतं. परिणामी दर्जा घसरतो व सर्जनशील विद्यार्थ्यांची दखलच घेतली जात नाही, कधीकधी ही मुलं शाळा सोडून देतात.

या समस्यांवर मात करण्यासाठी तंत्रज्ञान साहाय्य करू शकतं आणि निर्माण झालेली दरी भरून काढण्याचं काम तंत्रज्ञान आयुधं व दर्जेदार शिक्षक करू शकतात. याद्वारे विद्यार्थ्यांना शिकण्यामध्ये रस निर्माण होईल व तो टिकूनही राहील. माझ्या मनात असं काल्पनिक चित्र आहे. प्रत्येक राज्यानं विशिष्ट संख्येत प्राथमिक व माध्यमिक शाळांतील दर्जेदार शिक्षक शोधायचे. या शिक्षकांचा साधनस्रोतासारखा उपयोग करून घेऊन, आपण 'टेली-एज्युकेशन' च्या माध्यमातून हजारो विद्यार्थ्यांना दर्जेदार शिक्षण देऊ शकतो. एरवी या शिक्षकांच्या गुणवत्तेचा

शिक्षकाने सदैव बौद्धिक एकात्मता व सार्वत्रिक अनुकंपा यांचा पाठपुरावा केला पाहिजे.

लाभ फक्त एखाद्या वर्गातल्या चाळीस ते पन्नास मुलांनाच होतो.[१८]

प्रत्यक्ष शिक्षणाच्या संदर्भात बोलायचं, तर संगणक हे सक्रिय अध्ययन व मूल्यमापन या दोन्हींसाठी अमूल्य साधन आहे. मूलभूत 'वर्ड प्रोसेसिंग प्रोग्रॅम्स' विद्यार्थ्यांच्या स्वतंत्र कल्पना व मतांची अभिव्यक्ती घडवण्यास वाव देतात तर, 'ई-मेल' मुळे सखोल परीक्षण व समूह-संपादन शक्य होतं. अधिक आधुनिक 'इंटरॲक्टिव्ह मल्टिमीडिया पॅकेजेस' खरेखुरे प्रश्नाधारित अध्ययन करण्याची संधी देतात, त्यांच्या साहाय्याने विद्यार्थी विविध उत्तमोत्तम प्रकल्प आखू शकतात, त्यातील समस्यांची उकल करू शकतात.

याचा अर्थ संगणक शिक्षकाची जागा घेऊ शकतात किंवा त्यांची भूमिका साकारू शकतात असा नाही. वास्तवात असं घडण्याची इच्छाही नाही व ते व्यवहार्यही नाही. उलट संगणक हे शिक्षकाला साहाय्य करणारे प्रभावी शैक्षणिक साधन म्हणून ओळखले गेले पाहिजे. 'सॉफ्टवेअर्स' विद्यार्थ्यांना स्वतंत्रपणे शिकण्याची संधी देतात, त्यामुळे काही विद्यार्थी एखाद्या विषयात स्वत:च्या कुवतीच्या जोरावर प्रगती करतात. त्याच वेळी जे विद्यार्थी त्या विषयात मागे पडतील, त्यांना शिक्षकांकडून व्यवस्थितपणे वैयक्तिक लक्ष पुरवलं जाऊ शकतं. संगणक शिक्षकांना वैचारिक आदानप्रदानात (interaction) व वैयक्तिक साहाय्य करण्यावर लक्ष केंद्रित करण्यात साहाय्यक ठरतो.

'टेलीएज्युकेशन' च्या वाढत्या वापराने प्रत्यक्ष कार्यासाठी येणारा खर्च कमी येईल आणि त्याचबरोबर शाळांमध्ये शिकवणाऱ्या दर्जेदार शिक्षकांना संपर्कदुव्यांचे (भौतिक, इलेक्ट्रॉनिक, ज्ञानविषयक व आर्थिक) साहाय्य लाभेल. [१९]

शिक्षक दिन साजरा करताना

आपल्या देशाचे माजी राष्ट्रपती व एक शिक्षक डॉ. सर्वपल्ली राधाकृष्णन यांचा जन्म ५ सप्टेंबर रोजी झाला होता. जेव्हा

लोक त्यांच्याकडं त्यांचा वाढदिवस साजरा करण्यासाठी जायचे, तेव्हा डॉ. राधाकृष्णन सांगत असत की, 'त्यापेक्षा हा दिवस शिक्षक दिन म्हणून साजरा करता येईल.' अशा प्रकारे दरवर्षी ५ सप्टेंबर हा दिवस 'शिक्षक दिन' म्हणून साजरा केला जातो. मी स्वत: शिक्षक असल्यामुळं, मी नेहमी या महत्त्वपूर्ण दिनाची वाट पाहत असतो.[२०]

विद्यार्थ्यांमध्ये राष्ट्र उभारणीच्या क्षमता निर्माण करणे हे अध्यापनाचे उद्दिष्ट असते.

विद्यार्थी व त्यांचे मातापिता या सर्वांनीच शिक्षक दिनाच्या समारंभात सहभागी होण्याची गरज आहे आणि आपल्या देशातील प्रत्येक शाळेत हा दिवस साजरा करणं आवश्यक आहे. शाळा आणि मुलांचे पालक यांनी शिक्षकांच्या योगदानाची दखल घेऊन त्यांच्या कार्यसिद्धीचा आनंद साजरा करण्याचा हा दिवस असतो. या समारंभात, काही निवडक शिक्षकांना त्यांचे व्यक्तिगत अनुभव कथन करायला सांगितले पाहिजेत. त्यांनी त्यांच्या विद्यार्थ्यांच्या अध्ययनासाठी अपूर्व वातावरणनिर्मिती करण्यासाठी कोणत्या पद्धती अनुसरल्या त्याविषयी त्यांना बोलते केले पाहिजे. अशा प्रकारचा समारंभ इतर शिक्षकांनाही प्रेरणादायी ठरेल, त्यांना आपापल्या शाळांत उत्तम कामगिरी करण्याची स्फूर्ती लाभेल.[२१]

अखेर खऱ्या अर्थाने शिक्षण म्हणजे सत्याचा पाठपुरावा होय. या प्रवासात शिक्षक केंद्रस्थानी असतो. त्यानं स्वत:चं ज्ञान सतत अद्ययावत बनवायचं असतं, सतत ज्ञानकण वेचत राहायचं असतं, ज्यायोगे त्याचे विद्यार्थी त्याच्याकडं चालता-बोलता ज्ञानकोश म्हणून पाहू शकतील. प्रेमाचा झरा म्हणून पाहू शकतील आणि सर्वांत महत्त्वाचं म्हणजे आस्थेवाईक मनुष्यप्राणी म्हणून पाहू शकतील. शिक्षक सर्वांत नव्या तंत्रविषयक विकासासंदर्भात शिकवण्यासाठी नवनव्या संधी शोधतील, एवढेच नव्हे तर त्यांचा वर्गात प्रत्यक्ष वापरही करतील, ज्यायोगे तंत्रज्ञान व शिक्षकांची जोड मिळालेलं अध्ययन ही भारतात नित्याची बाब बनेल.

प्रत्येक माणसाने शिक्षकाच्या मार्गदर्शनाखाली शिक्षणाचा खरा अर्थ समजून घेतला आणि ते मानवी सहभागाच्या प्रत्येक क्षेत्रात प्रसारित केलं, तर हे जग इथं राहण्यासाठी कितीतरी चांगलं ठिकाण बनेल.[२२]

शिक्षण अभियान

जेव्हा अध्ययन उद्देशपूर्ण असते,
तेव्हा सर्जनशीलता बहरते.
जेव्हा सर्जनशीलता बहरते,
तेव्हा विचार उत्पन्न होतात.
जेव्हा विचार उत्पन्न होतात,
तेव्हा ज्ञान पूर्णतः प्रकाशित होते.
जेव्हा ज्ञान प्रकाशित होते,
तेव्हा अर्थव्यवस्थेची भरभराट होते.[१]

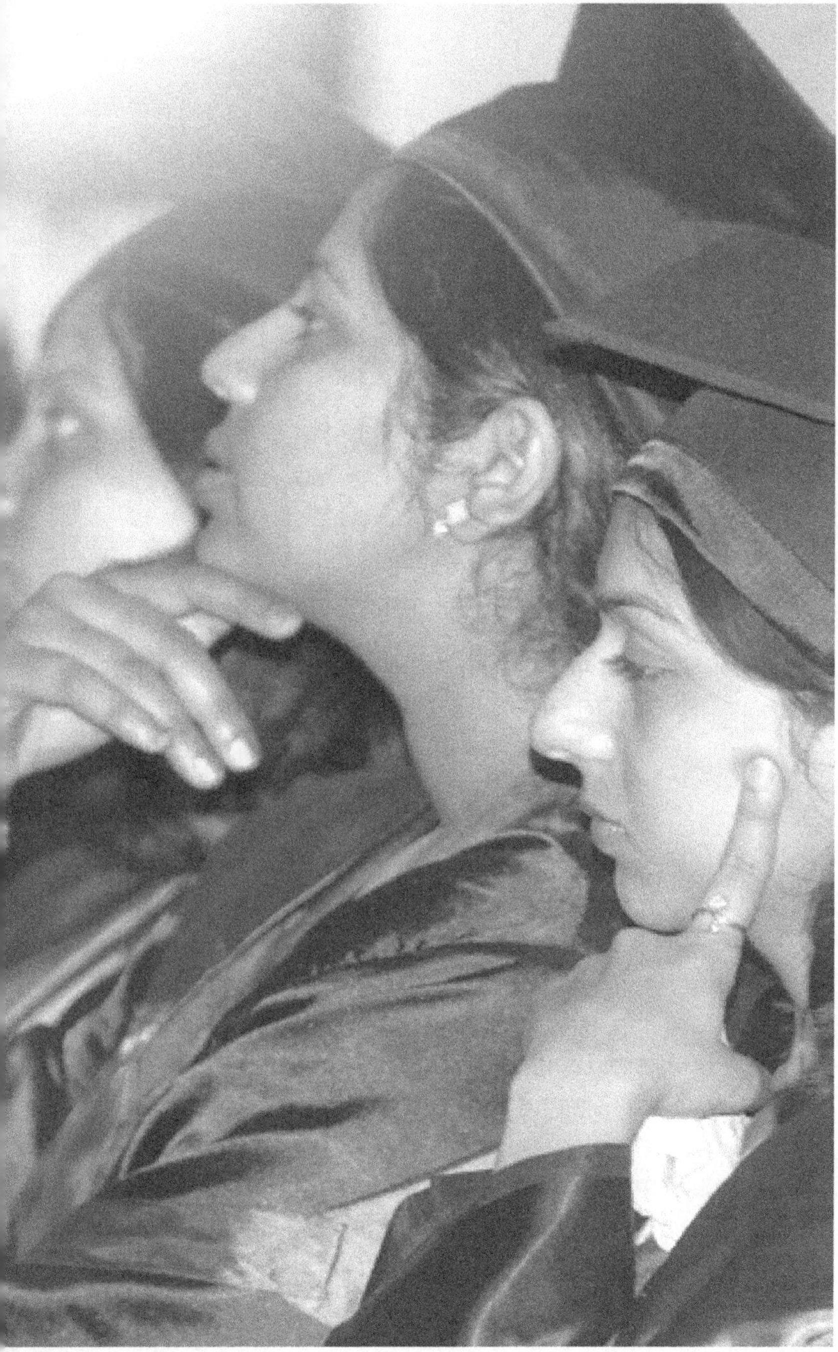

शिक्षण अभियान

मुलांच्या चेहऱ्यावरील स्मितगुलाब जपूया

लहान मुलांकडे पाहा, त्यांच्या चेहऱ्यावर सदैव स्मिताचे गुलाब फुललेले असतात. हीच मुलं खांद्यावर दप्तराचं मोठ्ठं ओझं घेऊन प्राथमिक शाळेत जाऊ लागतात, तेव्हा हे स्मितगुलाब थोडेसे सुकलेले दिसतात. त्यानंतर ही मुलं माध्यमिक शाळेत जाऊ लागतात, तेव्हा स्मितगुलाब आणखी थोडे सुकतात आणि उच्च माध्यमिक वर्गात पोहोचेपर्यंत हे स्मितगुलाब नाहीसे झालेले असतात.

ही मुलं महाविद्यालयात प्रवेश घेतात, त्या वेळी ती अधिक गंभीर बनतात आणि महाविद्यालयीन शिक्षण संपल्यानंतर तर सदैव काळजीनं घेरलेलीच असतात. या काळात, या मुलांच्या व त्यांच्या माता-पित्यांच्या मनात फक्त एवढाच विचार असतो की, आता पुढे काय वाढून ठेवलं असेल? आपल्याला हव्या त्या विशिष्ट व्यावसायिक क्षेत्रात प्रवेश करण्यासाठी आर्थिक व स्पर्धात्मकदृष्ट्या काय परिस्थिती असेल?

आपल्याला सर्वांनाच या परिस्थितीवर मात करण्यासाठी झगडावं लागणार आहे.

मुलांच्या शाळा प्रवेशापासून ते त्यांना नोकरी मिळेपर्यंत, संपूर्ण काळात आपल्याला त्यांच्या चेहऱ्यांवरील स्मित टिकून राहील अशा प्रकारची शिक्षणपद्धती बनवता येईल का? आपल्याला हे शक्य होईल?

आपण जर संपूर्ण शिक्षणपद्धती सर्जनशील बनवली व सर्व तरुणाईला त्यांचा स्वाभाविक कल व क्षमता यांवर आधारित रोजगाराची संधी पुरवली, तर हे घडू शकते.

शिक्षण ही ज्ञान व सुजाणतेच्या मार्गावरील अनंत यात्रा आहे.

प्राथमिक स्तरावर सैद्धान्तिक ओझं कमी करणे, माध्यमिक स्तरावर ते उत्तरोत्तर वाढवत नेणे, आणि अखेर उच्चस्तरीय अध्यापनापर्यंत पोहोचणे अशी आखणी करण्याने आणि विद्यार्थ्यांमध्ये नवउद्योजक बनण्यासाठी आत्मनिर्भरता निर्माण करणे व 'नोकरी शोधणारे बनण्यापेक्षा नोकऱ्या निर्माण करणारे व्हा' ही जाणीव त्यांच्यात निर्माण करण्याने शिक्षण पद्धतीत सर्जनशीलतेला चालना मिळू शकेल.[२]

प्राथमिक टप्प्यात, शिक्षणाद्वारे मुलाचं वातावरणाबद्दलचं औत्सुक्य जोपासलं गेलं पाहिजे आणि शारीरिक कौशल्यांबरोबर त्याची वैचारिक प्रक्रिया एकात्म झाली पाहिजे.

प्राथमिक शिक्षणाच्या बाबतीत - विद्यार्थ्यांची सर्जनशीलता जागवली जाईल व तिचा विकास घडेल अशा पद्धतीनं अभ्यासक्रम, अध्यापन पद्धती व परीक्षा पद्धती यांमध्ये - सुधारणा होण्याची गरज आहे. प्रत्यक्ष कृतीतून शोधकता, नवउपक्रमशीलता व सर्जनशीलता यांवर भर दिला पाहिजे. माध्यमिक टप्प्यावर प्रत्यक्ष प्रयोग, प्रश्न सोडवणे व 'टीमवर्क' यांवर भर असला पाहिजे.[३] वर्गामध्ये शिक्षण महत्त्वाचं असलं, तरी लहान मूल वर्गाबाहेर स्वनिरीक्षणातून जे काही शिकत असतं, तेसुद्धा तितकंच महत्त्वाचं आहे. त्या मुलाचा निरीक्षण, बाह्य (field) अभ्यास, प्रयोग व चर्चा यांच्या माध्यमातून शिकण्याच्या प्रक्रियेत सक्रिय सहभाग असलाच पाहिजे. हे साध्य करण्यासाठी शाळांनी फक्त शैक्षणिक केंद्रं असून चालणार नाही, तर त्यांनी ज्ञान व कौशल्य केंद्रं बनलं पाहिजे.[४]

स्वतंत्र ज्ञानोपासक बनण्याच्या दृष्टीने विद्यार्थ्यांची जडणघडण करणे यावर शिक्षण पद्धतीचा मुख्य भर असला पाहिजे.

मातापित्यांची भूमिका

मातापित्यांची मुलांच्या शिक्षणात व त्यांना सुजाण नागरिक घडवण्यात महत्त्वाची भूमिका असते. मुलांना चांगलं शिक्षण देण्याची आवश्यकता आहे या गोष्टीची जाणीव मातापित्यांना असली पाहिजे. मातापित्यांनी त्यांच्या एकूण वर्तनातून मुलासमोर स्वत:चं उदाहरण ठेवलं पाहिजे. यामुळे मुलाला मातापित्यांबद्दल प्रेम व आदर निर्माण होईल आणि ते मूल त्यांना आदर्शस्थानी (role models) मानेल.[५] मातापित्यांनी असं वातावरण निर्माण केलं पाहिजे की, मूल मोकळेपणे प्रश्न विचारू शकेल, उत्तरं मिळवू शकेल व त्यांच्याशी मुक्तपणे संवाद साधू शकेल.

एकात्म ध्येय

मातापिता व शिक्षक यांनी घर व शाळा परिसर यांचे एकात्म ध्येय मानलं पाहिजे. कारण वयाच्या सतराव्या वर्षापर्यंत आई, वडील व शिक्षक मुलाला दिशा दाखवण्याचं महत्त्वपूर्ण कार्य करत असतात, त्यानंतरच ते मूल सुजाण नागरिक बनतं.

मूल शाळेत जाण्याच्या वयाचं होतं, तेव्हा त्याला मूल्याधारित शिक्षणाची गरज असते. हे शिक्षण शाळेत मिळतं. शाळेतलं वातावरण महत्त्वाचं ठरतं, कारण तिथेच त्याच्या व्यक्तिमत्त्वाला आकार मिळतो.

मुलांसाठी शिक्षणाचा प्राथमिक काळ म्हणजे वय वर्ष पाच ते सतरा. विद्यार्थी या सर्व वर्षांत मिळून अंदाजे २५००० तास शाळा परिसरात घालवतात. घरात त्यांना प्रेम व आपुलकी लाभते. पण त्यांचा दिवसाचा बराचसा वेळ दुसऱ्या दिवशीचा गृहपाठ, अभ्यास, खाणं, खेळणं आणि झोपणं यातच जातो. त्यामुळे मुलांसाठी शाळेचा वेळ हाच अध्ययनाच्या दृष्टीनं सर्वांत उपयुक्त वेळ असतो, आणि त्यासाठी सर्वोत्तम वातावरण आवश्यक असतं. शाळांनी मूल्यपद्धतीयुक्त, ध्येयकेंद्रित शिक्षण दिलं पाहिजे. खुला व पारदर्शी समाज स्थापन होण्यासाठी शाळा परिसरातील एक तपाचं मूल्याधारित शिक्षण अत्यावश्यक आहे. मला बेस्टॉलॉझी या ग्रीक शिक्षकाचं वचन स्मरतं – "एखादं

मूल सात वर्षं माझ्याकडे सोपवा. त्यानंतर ते मूल परमेश्वर किंवा सैतान कुणीही न्यावं, ते त्या मुलाला बदलू शकत नाहीत.'' शिक्षकाचं सामर्थ्य असं असतं![६]

शाळेची भूमिका

देशभरात शिक्षणाचे काही मोजके प्रायोगिक नमुने (models) आहेत. ते विद्यार्थ्यांमध्ये सर्जनशीलता फुलवण्यासाठी, विद्यार्थ्यांचा शिकण्यातील रस टिकवून ठेवण्यासाठी व शाळेतील विद्यार्थ्यांची गळती रोखण्यासाठी कार्यरत आहेत.

स्वेच्छेने शिकणारे विद्यार्थी निर्माण करा

प्रोफेसर एम.आर.राजू आंध्र प्रदेशातील भीमावरम जवळच्या पेड्डामिरम या खेड्यात राहतात. हे त्यांचं मूळ गाव. प्रो. राजू सुप्रसिद्ध अणुशास्त्रज्ञ आहेत. ते त्यांच्या कुटुंबीयांच्या मदतीनं पेड्डामिरम खेड्याचा व त्याच्या आजूबाजूच्या परिसराचा कायापालट करण्याचा निश्चय करून, अमेरिकेतली नोकरी सोडून इथे परत आले आहेत. प्रो. राजू हे खरोखर थोर, आदर्श उदाहरण आहेत. प्रो. राजूंनी स्वत:च्या मालमत्तेच्या बळावर या खेड्यात 'महात्मा गांधी मेमोरिअल मेडिकल ट्रस्ट' सुरू केला. एका दशकात त्यांनी त्यांच्या टीमसोबत, भारत आणि परदेशातील विविध संस्थांच्या स्वयंसेवकांच्या साहाय्यानं या खेड्यातील लोकांच्या जीवनात प्रचंड परिवर्तन घडवलं आहे.

त्यांनी विशेषकरून तीन ते पाच वर्षं या वयोगटातील मुलांची व्यक्तिमत्त्व जडणघडण व उन्नती यांवर लक्ष केंद्रित केलं. या खेड्यात या वयोगटातील शंभर मुलं होती. त्यांपैकी पन्नास मुलं उच्च उत्पन्न गटातील कुटुंबांतली होती. ती खाजगी शाळांत शिकत होती; तर तीस मुलं अगदी गरीब घरांतली होती. ती राज्य सरकारमार्फत चालवल्या जाणाऱ्या बालवाडी शाळेत शिकत होती, आणि उर्वरीत वीस मुलं प्रो. एम. आर.राजूंच्या शाळेत दाखल झाली. या शाळेत पालक प्रत्येक मुलासाठी प्रतिमहिना त्यांच्या एका दिवसाच्या पगाराच्या अर्धी रक्कम फी म्हणून भरतात. मुलींना तर प्रतिमहिना फक्त दहा रुपये फी आहे.

आपल्याला आपल्या मुलांच्या चेहऱ्यावरील स्मितगुलाब टिकून राहतील अशी शिक्षण पद्धती बनवता येईल का?

या शाळेमध्ये आनंदी, खेळकर वातावरण, पोषण आहार व प्रेमळ आपुलकी देण्यावर विशेष भर आहे. मुलांना स्वच्छता व आरोग्य यांचं प्रशिक्षण दिलं जातं. उदाहरणार्थ, त्यांना खाण्याच्या आधी हात धुण्याचं महत्त्व शिकवलं जातं. या प्रशिक्षणामुळं ही मुलं घरात आरोग्य शिक्षक बनतात आणि घरातल्या कुणाही सदस्याला हात धुतल्याखेरीज पानावर बसू देत नाहीत.

शिक्षक जेव्हा मुलांशी संवाद साधतात, तेव्हा ते शास्त्रज्ञाच्या पद्धतीने काम करतात. या तंत्राने मुलांमधील सर्जनशीलतेला चालना मिळते. एखाद्या मुलाला इंग्रजी अक्षर 'B' दाखवून विचारलं की, हे काय आहे, तर ते मूल उत्तर देतं, 'हे चष्म्यासारखं दिसतंय!'' त्याचप्रमाणे एखादं चित्र काढायला सुरुवात केली आणि त्यामध्ये प्रथम डोळे किंवा ओठ असे चेहऱ्याचे भाग रेखले, तर मुलं ते चित्र पूर्ण करू शकतात. यातून विद्यार्थ्यांची सर्जनक्षमता दिसते.

प्रो. राजूंच्या शाळेत तीन वर्षं शिकलेल्या मुलांत पुढे शिक्षणाची आवड निर्माण होते आणि ही मुलं पुढे शाळा सोडत नाहीत, सगळ्या गोष्टींत भाग घेतात. यामुळे या खेड्यातील वातावरण पूर्ण बदलून गेलं आहे आणि शाळातील मुलांच्या गळतीचं प्रमाण लक्षणीयरीत्या कमी झालं आहे. या खेड्यामध्ये आणि आजूबाजूच्या परिसरात आत्मविश्वाससंपन्न तरुणाई उदयाला येत आहे.

प्रो. राजू व त्यांची टीम गेली दहा वर्षं अनुसरत असलेल्या या प्रशिक्षण पद्धतीचं बालमानस शास्त्रज्ञांनी व शैक्षणिक सिद्धांतवाद्यांनी संशोधन केलं आहे. या पद्धतीमुळे मूल शाळेत प्रवेश करण्याआधी स्वेच्छेने शिकू लागतं आणि जेव्हा ते शाळेत नियमित जाऊ लागतं, तेव्हा ते शिकण्याच्या प्रक्रियेत उत्साहाने सहभागी होतं. हा प्रयोग इतरही बऱ्याच शाळांमध्ये केला आहे.

जीवनभराचे विद्यार्थी निर्माण करा

मुलांच्या शालेय शिक्षणाचा सर्वांगीण दर्जा सुधारण्याच्या

दिशेने प्रयत्न म्हणून अजिम प्रेमजी प्रतिष्ठाननं राज्य सरकारे व काही संस्थांच्या संयुक्त सहकार्याने 'चाईल्ड-फ्रेंडली' शाळा हा उपक्रम सुरू केला आहे. या कार्यक्रमाचं मूलभूत उद्दिष्ट आहे सर्व मुलं शाळेला आली पाहिजेत, शाळेच्या वेळात शिकली पाहिजेत आणि त्यांनी शालेय शिक्षणाची किमान पाच वर्षं पूर्ण केली पाहिजेत. ही योजना परिणामकारक ठरली आहे, कारण शिक्षक, खेड्यांतले बुजुर्ग व शाळा समितीचे सदस्य बांधिलकीच्या भावनेने कार्यरत आहेत. या कार्यक्रमामध्ये अनेक उपक्रमांचा समावेश आहे. त्याद्वारे वर्गातील उपक्रमांना प्रोत्साहन दिले जाते, त्याचबरोबर शैक्षणिक प्रक्रिया पार पाडण्यासाठी शैक्षणिक प्रशासनाला व समाजाच्या सबलीकरणाला पाठिंबा दिला जातो. या कार्यक्रमात वर्ग, पिण्याचे पाणी, आरोग्यरक्षण आणि सुरक्षा, शारीरिक, मानसिक व सामाजिक स्वास्थ्यासंबंधी सेवा या सुविधांसंदर्भात मापदंड ठरवले जातात. या कार्यक्रमात लिंगभेदातील अभ्यासक्रम ठेवणे आणि साक्षरता, अंकज्ञान, ज्ञान, वृत्ती, जीवनकौशल्ये व शिकण्याची प्रक्रिया यांसाठी साहित्य निर्मितीवर विशेष भर दिला आहे.

शाळांनी मूल्यपद्धतीयुक्त, ध्येयकेंद्रित शिक्षण दिले पाहिजे

प्राथमिक टप्प्यावरच अशा प्रकारचं अपूर्व पद्धतीनं 'शिकणं' सुरू झालं- ज्यामध्ये हसतखेळत शिकण्याची प्रक्रिया घडते व ज्यामध्ये मूल्यांकनाची टांगती तलवार नसते- की, सहभागी विद्यार्थी स्वयंस्फूर्तीने शिकू लागतात.[७]

स्वतंत्र ज्ञानोपासक घडवा

आजच्या संपर्क व माहितीच्या जगात, विद्यार्थ्यांवर प्रचंड संख्येतील स्रोतांकडून मिळणाऱ्या माहितीचं प्रचंड ओझं आहे. आज विद्यार्थ्याला त्याच्या लॅपटॉप संगणकामधील ग्रंथालय सोबत बाळगणं शक्य आहे, शिवाय तो 'इंटरनेट' च्या माध्यमातून माहितीच्या संपूर्ण जगताशी जोडला गेला आहे. आता त्याला मेंदूत साठवणीचं आणखी ओझं वाढवण्याची व क्षमतांना ताण देण्याची गरज भासत नाही. माहितीच्या या विशाल महासागरातून आपल्या विषयाशी निगडित ज्ञान कसं टिपायचं याचं विद्यार्थ्यांना प्रशिक्षण

मातापिता व शिक्षक यांनी घर व शाळा परिसर यांचे एकात्म ध्येय मानले पाहिजे.

देण्यावर शिक्षण पद्धतीचा मुख्य भर असला पाहिजे. शिक्षकांनी विद्यार्थ्यांना या संदर्भात मार्गदर्शन करावं व त्यांची स्वतंत्र ज्ञानोपासक म्हणून जडणघडण होण्यासाठी त्यांच्यामध्ये ती क्षमता निर्माण करावी.[८]

शिक्षकांनी शाळा व शिक्षण यासाठी नवा दृष्टिकोन विकसित केला पाहिजे. अशा शैक्षणिक वातावरणाची कल्पना केली पाहिजे की, ज्यामध्ये विद्यार्थी शिकण्याच्या प्रक्रियेमध्ये अधिक स्वतंत्र, स्वायत्त बनेल. आपण विद्यार्थ्यांना स्वायत्ततेविषयी भाषण देऊन ती समजावून देऊ शकत नाही, तर ती त्यांना प्रत्यक्ष कृतीतून व शाळांच्या संदर्भात सांगायचं, तर शिकण्याच्या कृतीतून मिळाली पाहिजे, त्यांच्यात विकसित झाली पाहिजे.[९]

बुद्धिमत्ता ओळखा व तिची जोपासना करा

आपल्याला ज्या प्रकारचा समाज घडवायचा आहे, त्या प्रकारचे शिक्षण आपण दिले पाहिजे.

अल्बर्ट आईनस्टाईन यांचा जन्म जर्मनीत झाला असला, तरी ते विद्यार्थिदशेत आपल्याला हव्या असलेल्या अभ्यासक्रमासाठी स्वित्झर्लंडच्या झुरिच पॉलिटेक्निक इन्स्टिट्यूटमध्ये दाखल झाले. पॉलिटेक्निकमधील प्रवेशाला हायस्कूल पदविका प्राप्त असणं आवश्यक नव्हतं, तर फक्त अतिशय कठीण प्रवेश परीक्षेत पास होणं पुरेसं होतं. आईनस्टाईन प्रवेश परीक्षेत नापास झाले, मात्र त्यांनी गणित आणि भौतिकशास्त्र या विषयांत अपवादात्मक यश मिळवलं होतं. त्यामुळं प्राचार्य इतके प्रभावित झाले की, त्यांनी आईनस्टाईनना पुढील वर्षी प्रवेश परीक्षा न घेताच दाखल करून घेण्याचं वचन दिलं.

हा प्रसंग प्रवेश पद्धती लवचीक असण्याचं आणि शिक्षकाजवळ एखाद्या विद्यार्थ्याचा विशिष्ट विषयाकडं असलेला उपजत कल हेरण्याची व बुद्धिमत्तेची जोपासना करण्याची अत्यंत महत्त्वाची क्षमता असण्याचं महत्त्व अधोरेखित करतो.[१०]

शिक्षण अभियान

आपल्यापैकी प्रत्येक जण बाल्यावस्थेपासून ते व्यवसाय निवडीपर्यंतच्या काळात शिक्षणाच्या विविध टप्प्यांतून गेला

आहे. माझ्या डोळ्यासमोर एक दृश्य येतं – एक लहान मूल, एक तारुण्याच्या उंबरठ्यावरील मूल, एक प्रौढ व एक नेता. हे सर्व जण मानवी गरजांना तोंड देत आहेत, पण यातल्या प्रत्येकाची प्रतिक्रिया निरनिराळी आहे.

लहान मूल विचारतं, "तुम्ही माझ्यासाठी काय करू शकता?" तारुण्याच्या उंबरठ्यावरील मूल म्हणतं, "मला हे एकट्यानं करायचं आहे."

तरुण माणूस स्पष्ट सांगतो, "आपण हे एकत्र मिळून करू या."

नेता विचारतो, "मी तुमच्यासाठी काय करू शकतो?"

शिक्षण पद्धतीवर लहान मूल ते नेता (leader) हे स्थित्यंतर घडवण्याची– म्हणजेच "तुम्ही माझ्यासाठी काय करू शकता?" ते "मी तुमच्यासाठी काय करू शकतो?" हे स्थित्यंतर घडवण्याची प्रचंड मोठी जबाबदारी आहे.

यासाठी शाळा किंवा महाविद्यालयाचे प्राचार्य प्रेरणादायी व द्रष्टे असण्याची आवश्यकता आहे. शिक्षकांनी मुलांना अशा पद्धतीनं शिकवलं पाहिजे की, ज्यायोगे विद्यार्थ्यांमधील सर्वोत्तम क्षमता प्रकट होतील. मुलांना अशा पद्धतीने शिक्षण मिळण्याची हमी प्राचार्यांनी दिली पाहिजे आणि त्यासाठी त्यांनी स्वत: उत्तम शिक्षक असलं पाहिजे. प्राचार्य, शिक्षक व मातापित्यांच्या एकात्म प्रभावामुळे विद्यार्थ्यांमधील सर्वोत्तम सर्जनशीलता प्रकट होईल.[११]

शाळांनी फक्त शैक्षणिक केंद्रे असून चालणार नाही, तर त्यांनी ज्ञान व कौशल्य-केंद्रे बनले पाहिजे.

डॉ. सर्वेपल्ली राधाकृष्णन म्हणतात त्यानुसार, 'आपण आपल्याला ज्या प्रकारचा समाज घडवायचा आहे, त्या प्रकारचे शिक्षण दिले पाहिजे. आपण मानवी सन्मान व समानता या मूल्यांवर आधारलेल्या आधुनिक लोकशाहीसाठी काम करत आहोत. हे केवळ आदर्श आहेत; पण आपण ते साकार केले पाहिजेत.'[१२]

एकविसाव्या शतकासाठी शिक्षणाचा आदर्श नमुना (model)

भविष्यात देशाच्या आर्थिक प्रगतीत विद्यार्थ्यांचं योगदान घडण्याची हमी मिळण्यासाठी उत्तम शैक्षणिक 'मॉडेल' असणं ही आजच्या काळाची गरज आहे.

संपूर्ण शिक्षण पद्धती 'क्षमता निर्माण करणे' या घटकावर आधारित असली पाहिजे. यामध्ये पाच मुद्यांचा समावेश आवश्यक आहे. संशोधन व माहिती मिळवणे (enquiry), सर्जनशीलता व नवउपक्रम, सर्वोच्च तंत्रज्ञानाचा वापर करण्याची क्षमता, उद्योजकता व नैतिक नेतृत्वगुण.

संशोधन व माहिती मिळवणे (enquiry) : २१ वे शतक हे आपण मिळवलेले सर्व ज्ञान व माहिती यांच्या व्यवस्थापनाचे व आपण त्यांचे जे मूल्यवर्धन घडवू, त्याचे आहे. आपण आपल्या विद्यार्थ्यांना अशी कौशल्ये दिली पाहिजेत की, ज्यांच्या बळावर ते आपण निर्माण केलेल्या माहितीच्या सागरातून मार्ग शोधू शकतील व जीवनभर सतत शिकत राहतील. आज आपण तंत्रज्ञानाच्या माध्यमातून स्वत:ला जीवनभराचे विद्यार्थी बनवण्याचे शिक्षण देऊ शकतो. आपल्यामध्ये ही क्षमता आहे, जी शाश्वत आर्थिक प्रगतीसाठी आवश्यक असणारी एक महत्त्वपूर्ण क्षमता आहे.

२१ वे शतक हे आपण मिळवलेले सर्व ज्ञान व माहिती यांच्या व्यवस्थापनाचे व आपण त्यांचे जे मूल्यवर्धन घडवू, त्याचे आहे.

सर्जनशीलता व नवउपक्रम : आपल्या अवतीभोवती असणारा माहितीचा प्रचंड खजिना मती गुंग करणारा आहे. जेव्हा माहितीचे 'नेटवर्किंग' होते. त्या वेळी नेटकॅफेच्या नियमानुसार त्या माहितीचे सामर्थ्य व वापर द्विगुणित होतो.

२१ व्या शतकातील ज्ञानाचे व्यवस्थापन कुणा एका व्यक्तीच्या आवाक्याबाहेरचे आहे, त्यामुळे ते वैयक्तिक कार्यक्षेत्राच्या परिघाबाहेर आले पाहिजे आणि नेटवर्कड् समूहांच्या कार्यक्षेत्रात दाखल झाले पाहिजे. विद्यार्थ्यांनी ज्ञानाचे सामुदायिक व्यवस्थापन कसे करायचे, ते शिकले पाहिजे.

सर्वोच्च तंत्रज्ञानाचा वापर करण्याची क्षमता : सर्व विद्यार्थ्यांनी

आपल्या शिक्षण प्रक्रियेत अत्याधुनिक तंत्रज्ञानाचे साहाय्य कसे घ्यायचे, ते शिकले पाहिजे. विद्यापीठांनी पुरेशी गणन उपकरणे, प्रयोगशाळा उपकरणे व इंटरनेट सुविधा घेऊन स्वत:ला सुसज्ज बनवले पाहिजे आणि विद्यार्थ्यांची शिकण्याची क्षमता वृद्धिंगत करण्यासाठी पोषक वातावरण निर्माण केले पाहिजे. हे सर्व तंत्रविषयक नवउपक्रम व क्रांती यांमुळे शिक्षकांच्या भूमिकेला काही महत्त्वच उरणार नाही, असा आपण विचार करता कामा नये. खरे तर यामुळे शिक्षकाचे महत्त्व आणखीनच वाढेल. संपूर्ण शिक्षणजगत शिक्षकांच्या सहकार्याने चालेल. कारण सर्वोत्तम शिक्षक तंत्रज्ञानाच्या मदतीनं देशाच्या काना-कोपऱ्यात ज्ञानप्रसार करू शकतील.

उद्योजकता : उद्योजकतेची बीजे अगदी प्रारंभापासूनच रुजवायला हवीत व हे कार्य विद्यापीठ स्तरापर्यंत सतत सुरूच राहायला हवे. आपण विद्यार्थ्यांना मोठा लाभ मिळवण्यासाठी विचारपूर्वक धोका पत्करायला (calculated risk) शिकवले पाहिजे. मात्र उत्तम व्यवसायाच्या नैतिक मूल्यांशी निष्ठावंत राहून त्यांनी योग्य गोष्टी करण्याची वृत्ती अंगी बाणवली पाहिजे. ही क्षमता त्यांच्यात भविष्यात आव्हानात्मक कार्यं हाती घेण्याची कुवत निर्माण करेल.

खरे शिक्षण मानवाची प्रतिष्ठा व त्याचा किंवा तिचा आत्मसन्मान वृद्धिंगत करते.

नैतिक नेतृत्वगुण : नैतिक नेतृत्वगुण या मुद्याला दोन पैलू आहेत. पहिला, यासाठी मानवी जीवन सुधारण्याचे भव्यदिव्य कल्पना चित्र पाहण्याची किंवा कृतीस उद्युक्त करणारी सामर्थ्यशाली स्वप्नं पाहण्याची क्षमता आवश्यक असते. दुसरा, यासाठी

सुयोग्य गोष्टी करण्याची स्वत:च्या मनाची वृत्ती लागते व इतरांनीही सुयोग्य गोष्टी कराव्यात यासाठी त्यांच्यावर प्रभाव टाकण्याची क्षमता लागते.

एकूणच माहिती संकलन, सर्जनशीलता, तंत्रज्ञान, उद्योजकीय व नैतिक नेतृत्वगुण या पाच क्षमता शैक्षणिक प्रक्रियेद्वारे घडवण्याची आवश्यकता आहे. आपण आपल्या सर्व विद्यार्थ्यांचा या पाच क्षमतांच्या संदर्भात विकास घडवला, तर आपण 'स्वतंत्र ज्ञानोपासक' निर्माण करू. स्वत:च स्वत:चे मार्गदर्शक असणारे, स्वत:च स्वत:वर नियंत्रण ठेवणारे जीवनभराचे विद्यार्थी! यांच्यामध्ये अधिकाऱ्यांचा मान ठेवण्याची व त्याच वेळी योग्य पद्धतीने त्यांना प्रश्न करण्याची, अशा दोन्ही क्षमता असतील. हे खरे नेते असतील. ते 'स्व-संघटित नेटवर्कस्' म्हणून एकत्र काम करतील. त्यांच्यामध्ये कोणत्याही देशाला संपन्न, समृद्ध देश बनवण्याची क्षमता असेल.

शिक्षणाचा सर्वांत महत्त्वाचा भाग म्हणजे, 'आम्ही हे करू शकतो,' हा विश्वास मुलांच्या मनावर ठसवणे.[१३]

शिक्षणातून रोजगार निर्मिती घडलीच पाहिजे

प्रसंगोचित कौशल्ये शिकवणे

नागरिक साक्षर असणे व त्यांना गणिताची प्राथमिक ओळख

असणे या बाबी अत्यावश्यक असल्या, तरी त्या लाभदायक रोजगार प्राप्तीसाठी पुरेशा ठरत नाहीत.

ज्या लोकांचे शिक्षण फक्त माध्यमिक स्तरापर्यंतच झाले आहे, अशा लोकांपाशीच योग्य व आर्थिकदृष्ट्या प्रसंगोचित कौशल्ये असणे विशेष महत्त्वाचे असते. आपल्याकडील तरुण वर्गापैकी बहुसंख्य तरुण याच गटात मोडतात. त्यांना नोकरी मिळवण्यासाठी किंवा स्वयंरोजगार निर्माण करता यावा यासाठी प्रशिक्षण देण्याची गरज आहे. त्यांना बांधकाम, दुरुस्ती काम, हॉटेल, आरोग्यसुविधा उद्योग किंवा किरकोळ विक्री अथवा इलेक्ट्रिशियन, सुतारकाम इ. कामांत आवश्यक असणारी कौशल्ये शिकवता येऊ शकतील. आवश्यक ती दर्जेदार कौशल्ये असणे ही आधुनिक स्पर्धात्मक अर्थव्यवस्थेची मागणी आहे आणि आपल्या नागरिकांना कौशल्यसंपन्न बनवणे हे आपले कर्तव्य आहे.[१४]

शिक्षण पद्धतीवर लहान मूल ते नेता (leader) हे स्थित्यंतर घडवण्याची- म्हणजेच "तुम्ही माझ्यासाठी काय करू शकता?" ते "मी तुमच्यासाठी काय करू शिकतो?" हे स्थित्यंतर घडवण्याची - प्रचंड मोठी जबाबदारी आहे.

उद्योजक निर्माण करणे

आपल्या उच्च शिक्षण पद्धतीत लक्षणीय प्रगती घडली असून, आपण दरवर्षी सुमारे तीन दशलक्ष पदवीधर निर्माण करत आहोत. तथापि, आपली रोजगार निर्मिती पद्धती मात्र विद्यापीठांतून पदवी घेऊन बाहेर पडणाऱ्या या पदवीधरांना सामावून घेण्याच्या स्थितीत नाही. त्यामुळं सुशिक्षित बेरोजगारांच्या संख्येत भर पडत आहे. आधुनिक अर्थव्यवस्थेसाठी आवश्यक असणारी कौशल्यं व यांपैकी बहुतांश विद्यार्थ्यांना मिळालेलं शिक्षण यांचा अजिबात मेळ न बसणे हेही याला एक कारण आहे. अशा परिस्थितीमुळे सामाजिक रचनेत अस्थैर्य माजणार हे नक्की आहे. आपल्याला रोजगार संधींवर मुख्य भर असलेल्या व त्या दिशेने दिल्या जाणाऱ्या उच्च शिक्षणाची गरज आहे. शिक्षण अधिक आकर्षक बनवण्यासाठी व त्याच वेळी रोजगार निर्मिती घडवण्यासाठी बहुआयामी धोरण आवश्यक आहे. हे आपण कसं साध्य करायचं?

शिक्षण पद्धतीने उद्योजकतेचं महत्त्व अधोरेखित केलं पाहिजे आणि विद्यार्थ्यांना महाविद्यालयीन जीवनापासूनच छोटे उद्योग व उपक्रम- मग ते स्वतंत्रपणे असोत वा संयुक्त- सुरू करण्याच्या

शिक्षणाचा सर्वांत महत्त्वाचा भाग म्हणजे 'आम्ही हे करू शकतो' हा विश्वास मुलांच्या मनावर ठसवणे.

दिशेनं घडवलं पाहिजे, ज्यायोगे त्यांच्यामधील सर्जनशीलतेला वाव मिळेल, त्यांना स्वातंत्र्य लाभेल व त्यांच्यात संपत्ती निर्माण करण्याची क्षमता निर्माण होईल. विभिन्न कौशल्यं व दीर्घ निश्चयी कार्य यांतून उद्योजक घडतो हे सर्व विद्यार्थ्यांना शिकवता येईल.[१५]

विद्यार्थ्यांना काय हवे आहे?

आजच्या तरुण विद्यार्थ्यांना त्यांच्या नवउपक्रमशील व सर्जनशील मनाला खाद्य व आव्हान पुरवणारी शिक्षण पद्धती हवी आहे. हे उद्याचे निर्माते आहेत आणि त्यांना त्याविषयी आज चिंतन करायचे आहे. त्यांची सदैव प्रदीप्त असणारी ज्ञानक्षुधा भागवण्यास उत्तम शिक्षण पद्धती समर्थ असायला हवी.[१६]

शैक्षणिक संस्थांना 'विकसित भारता'च्या सामाजिक व तंत्रविषयक गरजांची जाण असणारा अभ्यासक्रम विकसित करण्यासाठी गतिमान व्हावे लागेल. चालू अभ्यासक्रमासोबत विद्यार्थ्यांचे विकासात्मक उपक्रम सदैव सुरू राहिले पाहिजेत, ज्यायोगे ज्ञान, समाजाचे भावी सदस्य सामाजिक परिवर्तनाच्या सर्व पैलूंसंदर्भात संपूर्णत: विकसित होऊ शकतील.

शिक्षण ही ज्ञान व सुजाणतेच्या मार्गावरील अनंत यात्रा आहे. अशी यात्रा मानवतेच्या विकासाचे नवे झरोके खुले करते, ज्यामध्ये क्षुद्रता, विसंवाद, मत्सर, तिरस्कार, शत्रुत्व यांना थारा नसतो. ही यात्रा मानवाचे परिवर्तन निरोगी, उदात्त व्यक्तिमत्त्वात घडवते व त्याला विश्वासाठी उपयुक्त बनवते. खरे शिक्षण मानवाची प्रतिष्ठा व त्याचा किंवा तिचा आत्मसन्मान वृद्धिंगत करते आणि अशा शिक्षणासाठी विश्वबंधुत्व खऱ्या अर्थाने मुख्य आधार बनते.

सर्जनशीलता आणि नवउपक्रम

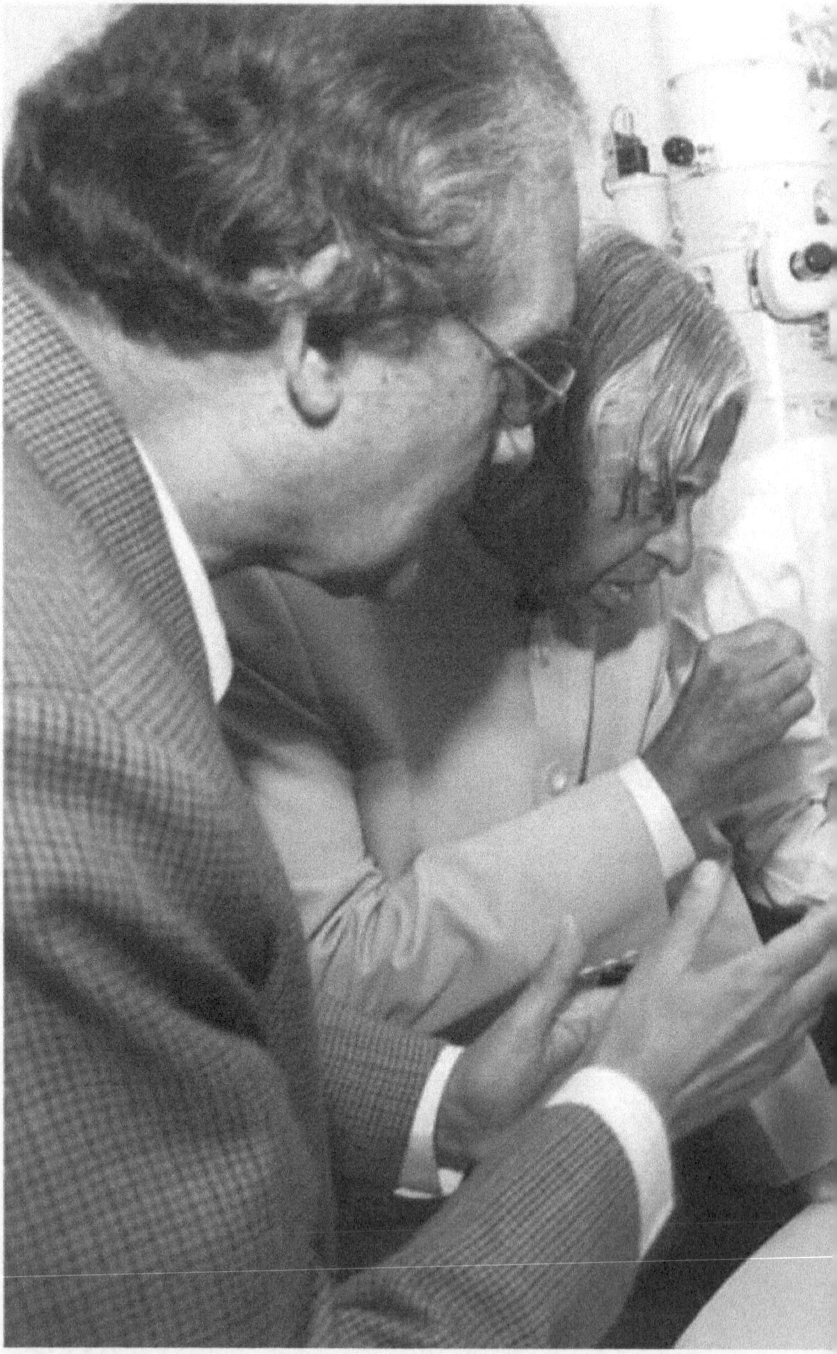

प्रज्वलित मन हा पृथ्वीवरील,
पृथ्वीच्या वरच्या स्तरावरील,
तसेच पृथ्वीच्या पोटातील सर्वांत
सामर्थ्यवान साधनस्त्रोत आहे.[१]

सर्जनशीलता आणि नवउपक्रम

सुंदर मनांत सर्जनशीलता उमलते

सुंदर मनांत सर्जनशीलता उमलते. ती कुठेही उमलू शकते, देशाच्या कोणत्याही भागात फुलू शकते. तिचा उगम मच्छिमाराच्या छोट्याशा खेड्यात होऊ शकतो किंवा शेतकऱ्याच्या घरात अथवा डेअरी फार्मवर किंवा पशू प्रजनन केंद्रात किंवा शाळेच्या वर्गात अथवा प्रयोगशाळेत किंवा उद्योगांमध्ये अगर संशोधन व विकास केंद्रांमध्ये घडू शकतो.

सर्जनशीलतेला शोध, संशोधन, साहसी नवउपक्रम अशांसारखे अनेक आयाम असतात. सर्जनशीलता म्हणजे अस्तित्वात असलेल्या कल्पनांशी नव्या कल्पनांचे मिश्रण करून (combining) अथवा त्या बदलून (changing) अथवा त्यांचाच पुनर्वापर (reapplying) करून काहीतरी नवीन शोधून काढणे होय. सर्जनशीलता म्हणजे परिवर्तन व नावीन्याचा स्वीकार... कल्पना व शक्यता यांसोबत स्वखुशीने रमण्याची इच्छा.. दृष्टिकोनातील लवचीकपणा... चांगल्या गोष्टींचा आनंद लुटतानाच

त्यामध्ये आणखी सुधारणा करण्याचे मार्ग शोधण्याची वृत्ती. सर्जनशीलता ही कठोर परिश्रमाची आणि कल्पना व प्रश्नांची उकल यासंदर्भात क्रमाक्रमाने बदल व अधिकाधिक परिपूर्णता साध्य करत सतत सुधारणा घडवण्याची प्रक्रिया आहे. सर्जनशीलतेचा महत्त्वपूर्ण पैलू म्हणजे इतर सर्वांना दिसते, तीच गोष्ट पाहणे, पण त्यासंदर्भात इतरांहून काहीतरी वेगळा विचार करणे. मानवी मन ही अपूर्व देणगी आहे. आपल्या जीवनात कसेही चढ-उतार आले, तरी आपले विचार हे आपलं मुख्य भांडवल बनलं पाहिजे. विचार करणं ही प्रगती आहे. विचार न करणं वैयक्तिक, संस्थेच्या किंवा देशाच्या दृष्टीनं विघातक आहे. विचार कृती करण्यास प्रवृत्त करतात. कृतीची जोड नसलेलं ज्ञान निरुपयोगी व अप्रासंगिक असतं. कृतियुक्त ज्ञान समृद्धी बहाल करतं.[२]

मानवी मनाची सर्जनशीलता व कल्पकता नेहमीच कोणत्याही संगणकापेक्षा उच्च दर्जाची असली पाहिजे.

सर्जनशीलतेला चालना द्या

प्रत्येक मनात सर्जनशीलता दडलेली असते यात शंकाच नाही, पण तिच्या अभिव्यक्तीसाठी एकाग्र प्रयत्नांची आवश्यकता असते. प्रत्येक मन सर्जनशील असतं, प्रत्येक मन जिज्ञासू असतं, म्हणूनच मुलं जेव्हा प्रश्न विचारतात, तेव्हा आपण त्यांना उत्तरं द्यायलाच पाहिजेत. ही शिक्षक व मातापित्यांची सर्वांत महत्त्वाची जबाबदारी आहे. जर मुलांच्या बाबतीत हे बालपणीच घडलं, तर त्यांच्या सर्जनशीलतेची उत्तम जोपासना होईल आणि मुलांची झपाट्यानं प्रगती होईल. शिवाय यामुळे इतर कुणी प्रश्न विचारले, तर त्यांना उत्तरं देण्याची संस्कृती मुलांमध्ये निर्माण होईल. सुंदर मनं सर्जनशीलतेचा स्रोत असतात. सर्जनशीलता चित्रकला, कथा व कविता अशा स्वरूपात विचारांचे प्रकटीकरण करते.

शिकण्याने सर्जनशीलता लाभते,
सर्जनशीलतेतून विचारांना चालना मिळते,
विचारांतून ज्ञानप्राप्ती होते,
ज्ञान माणसाला थोर बनवते.[३]

सर्जनशीलतेची जोपासना

प्रत्येक मन सर्जनशील असतं, प्रत्येक मन जिज्ञासू असतं.

केरळमधल्या दूरवरच्या भागातल्या लवलिगेन नावाच्या तरुणाचं मला पत्र आलं होतं. हा तरुण विज्ञान पदवीधर होऊ शकला नव्हता. त्यानं पत्रात लिहिलं होतं की, 'मी नवा गणिती सिद्धांत शोधला आहे आणि त्यासंदर्भात मला तुम्हाला भेटायचं आहे.' त्या पत्रातून मला त्या तरुणाची तळमळ जाणवली. मी विचार केला की, आपली तज्ज्ञ टीम त्याच्या कार्याचा अभ्यास करून त्याला योग्य प्रकारच्या संशोधकांकडे पाठवू शकेल. म्हणून मी त्याला काही दिवसांसाठी दिल्लीला बोलावून घेतलं.

मी त्याचं काम पाहिलं, तेव्हा थक्कच झालो! त्याचे निष्कर्ष काही अंशी रामानुजमच्या 'नंबर थिअरी'तील समीकरणांजवळ पोहोचले होते. पण या मुलाला त्याची जराही कल्पना नव्हती. त्यानं काही शोधून काढलं होतं, त्यामध्ये काही नव्या मुद्यांची भर घातली होती आणि त्यानं काढलेला निष्कर्षही नवा होता. गणित क्षेत्रातील बहुतेकशी कर्तबगारी निसर्गाचे सुंदर पैलू शोधण्याच्या इच्छेतून निर्माण झालेली दिसते. तारकांनी नटलेल्या नभांगणानं खगोल शास्त्रज्ञांना नेहमीच आकर्षित केलं आहे. त्यामध्ये आणखी योगदान देणारा घटक म्हणजे आकृतीबंध (patterns) शोधण्याची उपजत वृत्ती - या घटकाची त्यामध्ये आणखी भर पडत असावी असं दिसतं, मग हे आकृतीबंध गणिती अनुक्रम वा श्रृंखला असले तरी. लवलिगेन सध्या 'पॉवर सिक्वेन्सेस व सिरीज' सारख्या रोमांचक विषयात संशोधन करतोय ही विशेष नोंद घेण्याजोगी गोष्ट आहे. त्या वेळी मला वाटलं की, याला गणिताच्या उत्तम शिक्षणाची व उत्तम गणित शिक्षकाचं छत्र लाभण्याची गरज आहे. म्हणजे रामानुजमना प्रो. हार्डी लाभले तसं.

आपण अशा तरुण व उत्साहानं रसरसलेल्या मनांना कशा प्रकारे प्रेरणा द्यायची? आपले शिक्षक, मानवतावादी किंवा सामाजिक कार्यकर्ते अशा कळ्यांना हेरून त्यांना फुलवण्यात साहाय्य करू शकतील का?[४]

सर्जनशीलतेला सीमान्त नसतो

१९४९ सालापासून दरवर्षी शंकर आंतरराष्ट्रीय बालक स्पर्धेचं आयोजन केलं जातं. मी 'शंकर्स चिल्ड्रन्स आर्ट व्हॉल्यूम नं. ५५' चाळत होतो. या खंडात अडुसष्ट देशांतील मुलांनी रेखलेल्या चित्रांचा संग्रह आहे. मुलांनी त्यांच्या चित्रांतून, कविता-कथा-लेख यांतून प्रकट केलेली बुद्धिमत्ता स्तिमित करणारी आहे. मोठी माणसं देश व सीमा, जाती व धर्म, श्रीमंत व गरीब या विषयांवर बोलायला सुरुवात करतात, पण मुलांचं काम मात्र एकसंध असतं, त्याला सीमान्त नसतो. मुलांचं मन सर्वाधिक विशुद्ध रूपात असतं, त्यांची मतभेद करण्याची वृत्ती नसते. जगातील तरुण खचितच मनुष्यजातीची भावी आशा आहेत आणि त्यांच्या हातात पृथ्वी हा ग्रह सुरक्षित राहील अशी माझी खात्री आहे. मी पाहिलेलं मुलांचं सगळंच काम माझ्या स्मरणात सदैव टवटवीत राहील, पण त्यातली काही नावं विशेष उल्लेखनीय आहेत.

सर्जनशीलता म्हणजे इतर सर्वांना दिसते तीच गोष्ट पाहणे, पण त्यासंदर्भात इतरांहून काहीतरी वेगळा विचार करणे.

मला अँथिया न्यूम्स नावाच्या जर्मन मुलीनं रेखाटलेलं चित्र फार आवडलं होतं. तिच्या चित्रात ग्रामीण भागातील इस्टरचं वातावरण कसं असतं, त्याचे रंग उमटले होते. तिनं या चित्रात निवडलेल्या तेजस्वी रंगांनी मला माझं बालपण गेलं, त्या समुद्रकिनाऱ्यालगतच्या माझ्या गावाची आठवण करून दिली. चौदा वर्षांच्या भारतीय सुप्रजा चक्रवर्तीनं घरोघरी अनुभवाला येणारी मध्यमवर्गीय नैतिकता व निवडणुकीच्या दरम्यान मतं कशी विकत घेतली जातात यावर कथा लिहिली आहे. उमलत्या मनांना बदल हवा आहे ही गोष्ट स्पष्ट आहे.

तेरा वर्षांची आर्द्रा कृष्ण तिची 'विचार टोपी' घालून कल्पकतेला पंख लावून उडण्यास वाव देते. तिनं '३००० साली पृथ्वी कशी दिसेल' याची कल्पना केली आहे. तिच्या कल्पनाचित्रात, पृथ्वीवरच्या नागरिकांना मंगळावर स्थलांतरित होऊन तिथं वास्तव्य करण्यास भाग पाडलं जात आहे. समृद्ध संस्कृती उभी केली जात आहे. या प्रगत मनुष्यनिर्मित संस्कृतीपुढे अकस्मात एक निसर्गनिर्मित विनाशकारी संकट उभं ठाकतं... गुरूचा लघुग्रह

सुंदर मने सर्जनशीलतेचा स्रोत असतात.

मंगळाच्या दिशेनं येऊ लागतो. मग मंगळावरील शास्त्रज्ञ त्या लघुग्रहावर हल्ला करण्यासाठी आण्विक तोफांचा अखंड भडिमार करण्याची अत्यंत नवउपक्रमशील योजना आखतात. हा तोफांचा मारा लघुग्रहाचा नाश करतो आणि सन ३०००साली मंगळवासी संस्कृती निसर्गाच्या प्रकोपातून वाचते. आर्द्रा कृष्णचा हा किती सर्जनशील वैज्ञानिक विचार आहे!

रशियातील बारा वर्षांच्या ॲन्ना सिन्थाकोवाची 'नेव्हर थिंक ऑफ इलनेस' ही कविता वाचून मी थक्क झालो. माझ्या मनात सदैव एक विचार पक्का आहे, तो म्हणजे महत्त्वाची कामं करताना कुठली ना कुठली अडचण उभी राहणारच, पण आपल्या कामाची सूत्रं या अडचणींच्या हाती जाता कामा नयेत. माझा विशेषत: लहान मुलांना सल्ला आहे की, तुम्ही अडचणींवर मात करून यशस्वी झालं पाहिजे. हाच विचार ॲन्ना सिन्थाकोवाच्या कवितेत मांडलेला आहे. ती या कवितेतून प्रोत्साहनाचा अत्यंत खंबीर संदेश देते आणि स्वास्थ्य टिकवण्यासठी कोणत्याही आजाराला तोंड देण्याचं धैर्य अंगी बाणवलं पाहिजे असा सल्ला देते.

जे लोक स्वप्ने पाहतात व त्यानुसार कार्य करतात, त्यांना अखिल विश्वाचा स्नेह व सर्वोत्तम साहाय्य लाभते.

श्रीलंकेतील सविद्या कुमारी प्रेमसुंदरा या दहा वर्षांच्या मुलीच्या कल्पनेतलं मासेमारीचं व कोळ्यांचं चित्र तरुण मनाची सजगता व निरीक्षण क्षमता यांची साक्ष देतं. एका तेरा वर्षांच्या मुलानं त्याचे व्यक्तिगत अनुभव सांगितले आहेत. तो पहिल्यांदाच विमानसफर करत होता व त्याच विमानाचं अपहरण झालं होतं. ही संपूर्ण घटना त्याच्या कोवळ्या मनावर इतकी खोलवर कोरली गेली आहे की, हे अनुभव कथन करताना व भावनांना वाट करून देताना त्याचं लेखन अत्यंत परिणामकारक बनलं आहे.[५]

सर्जनशीलता जीवनाचे आकृतीबंध (Life Patterns) बदलते

'नैसर्गिक निवडी'चा सिद्धांत मांडणाऱ्या चार्ल्स डार्विन यांनी आपल्याला मानवी उत्क्रांतीबद्दल निराळ्या प्रकारे विचार करायला लावला. विजेचा शोध लावणाऱ्या थॉमस अल्वा एडिसन यांनी विज्ञान व तंत्रज्ञानाच्या प्रत्येक क्षेत्रात क्रांती घडवली. दक्षिण

आफ्रिकेत वांशिक भेदाभेदाविरुद्ध 'अहिंसा धर्म' चळवळ सुरू करणाऱ्या महात्मा गांधींनी ब्रिटिश राजवटीविरुद्ध लढा दिला आणि अहिंसेच्या मार्गानं भारताला स्वातंत्र्य मिळवून दिलं. विसाव्या शतकातील या तीन घटनांवरून सर्जनशील मनं काय घडवू शकतात, त्याचा प्रत्यय येतो. आभाळाकडं नजर टाका, तुमच्या लक्षात येईल की, आपण एकटे नाही. संपूर्ण विश्व स्नेहभावानं आपल्यासोबत आहे आणि जे स्वप्न पाहतात व त्यानुसार कार्य करतात, त्यांना अखिल विश्वाचा स्नेह व सर्वोत्तम साहाय्य लाभतं.

कृष्ण विवराचा शोध लावणाऱ्या चंद्रशेखर सुब्रमणियम यांचं उदाहरण घ्या. आज आपण 'चंद्रशेखरर्स लिमिट' वापरून सूर्य किती काळ तळपत राहू शकेल याचं गणित मांडू शकतो. सर सी.व्ही.रामन यांना सागराकडं पाहून प्रश्न पडला होता की, याचा रंग निळाच का आणि यातूनच 'रामन इफेक्ट'चा जन्म झाला. अल्बर्ट आईनस्टाईननी विश्वरूपाबद्दल प्रश्न उपस्थित केले आणि ते $E = mc^2$ या सुप्रसिद्ध सूत्राप्रत आले. जेव्हा हे $E = mc^2$ सूत्र महान व्यक्तींच्या हाती येतं, तेव्हा आपल्याला आण्विक पदार्थ वापरून वीज मिळते आणि अत्यंत उलट परिस्थितीत हेच सूत्र प्रचंड विध्वंस करणारी शस्त्रं निर्माण करण्यासाठीही वापरता येऊ शकतं.

निश्चयी प्रयत्नांच्या बळावर प्रस्थापित समजुतींच्या विरोधात यश मिळवता येऊ शकतं.

प्राचीन काळी, विविध ग्रह-ताऱ्यांचे चलनशास्त्र मोजण्यासाठी तोलेमी खगोलशास्त्र ही पद्धत मोठ्या प्रमाणावर वापरली जात असे. त्या काळी पृथ्वी चपटी आहे असं गृहीत धरलं जात असे. पृथ्वी गोलाकार (spherical) असून ती सूर्याभोवती विशिष्ट कक्षेत परिभ्रमण करते हे सिद्ध करण्यासाठी केवढा वैज्ञानिक संघर्ष करावा लागला! कोपर्निकस, गॅलिलिओ व केपलर या तीन महान खगोल शास्त्रज्ञांनी खगोलशास्त्र-जगताला नवा आयाम दिला. आज आपण पृथ्वी हा सूर्याभोवती कक्षेत परिभ्रमण करणारा गोल ग्रह आहे, तसंच सूर्य आकाशगंगेत परिभ्रमण करतो या गोष्टी गृहीतच धरतो. आज आपण जी काही तंत्रविषयक प्रगती केली आहे, ती पूर्वीच्या शतकांतील शास्त्रज्ञांच्या वैज्ञानिक व सर्जनशील शोधकार्यांचं फलित आहे.[६]

सर्जनशीलता अशक्य गोष्टी शक्य करू शकते

नवउपक्रमांच्या प्रक्रियेच्या माध्यमातून ज्ञान संपत्तीत रूपांतरित होते.

आपण गेल्या साठ वर्षांत विज्ञान व तंत्रज्ञानात जे काही घडलेलं पाहिलं आहे, त्यावरून जे अशक्य कोटीतलं वाटत होतं, ते प्रत्यक्षात घडलं आहे, हे सिद्ध झालं आहे आणि जे शक्य आहे असं वाटतंय, ते अजून घडलेलं नाही, पण ते नक्कीच घडेल. विशेषत: विमानविद्या, अवकाश तंत्रज्ञान, इलेक्ट्रॉनिक्स, पदार्थ (materials), संगणकशास्त्र व सॉफ्टवेअर उत्पादने या क्षेत्रांत जगानं बरीच प्रगती करून नवे आयाम शोधले आहेत.

आगामी दशकांत, कदाचित आपल्याला गुरुत्वाकर्षण शक्ती, विद्युत-चुंबकीय शक्ती व सामान्य सापेक्षता सिद्धांत, काल व गती यांच्या एकात्मतेतून 'युनिफाईड फिल्ड थिअरी'चा जन्म झालेला पाहायला मिळेल. कदाचित तरुण लोक त्यांच्या जीवनकाळात चंद्रावर वा इतर ग्रहताऱ्यांवर मानवी वस्ती अथवा उद्योग वसलेला पाहू शकतील. कदाचित मानव पुनर्वापर करता येणाऱ्या प्रक्षेपण यान (हायपर प्लेन) यंत्रणेद्वारे सौर ऊर्जेवरील उपग्रह प्रक्षेपित करेल. कारण येत्या पन्नास ते शंभर वर्षांत पारंपरिक इंधनस्रोत दुर्लभ होतीलच व सौर ऊर्जेद्वारे विद्युत ऊर्जेची गरज भागवली जाईल. या सर्व गोष्टी फक्त सर्जनशील मनांच्या माध्यमातून घडू शकतील.[७]

'एरोडायनामिक्स' च्या नियमांनुसार, भुंग्याचा आकार असा असतो की, त्याला उडणं शक्य असतं. पण त्याचा उडण्याचा निश्चय इतका मजबूत असतो की, तो त्याचे पंख फडफडवत राहतो आणि या अतितीव्र कंपनांमुळे वावटळ (vortex) निर्माण होते, त्यायोगे हा भुंगा उडू शकतो. तशाच प्रकारे तुम्ही निश्चयी प्रयत्नांच्या बळावर सुस्थापित समजुतींच्या विरोधात नेहमीच यशस्वी होऊ शकता. हे सर्जनशीलतेचं सामर्थ्य असतं!

राष्ट्रीय उपक्रमक्षमता हा त्या देशाचे राजकीय व आर्थिक अस्तित्व मजबूत करणारा महत्त्वाचा सामर्थ्यशाली घटक असतो.

भुंग्याचं उडणंच नव्हे तर माणसाचं हवेत उडणंसुद्धा अशक्य मानलं गेलं होतं. लंडनच्या रॉयल सोसायटीचं अध्यक्षपद भूषविणारे सुप्रसिद्ध शास्त्रज्ञ लॉर्ड केल्विन यांनी १८९० साली म्हटलं होतं की, हवेपेक्षा जड असणारी कोणतीही वस्तू उडू शकत नाही. पण त्यानंतर दोनच दशकांनी, राईट बंधूंच्या

खंबीर निश्चयानं ही अशक्य कोटीतली वाटणारी गोष्ट शक्य झाली आणि माणूस हवेत भरारी घेऊ शकतो, हे सिद्ध झालं. निश्चयी दीर्घ प्रयत्न व सर्जनशीलता यांमुळे यश कसं लाभतं ते राईट बंधूंच्या कहाणीवरून दिसून येतं. या असामान्य कर्तबगारीनं वाहतूक क्रांतीला जन्म दिला आणि अवघं जग छोटं बनवलं. सुप्रसिद्ध रॉकेट रचनाकार वॉन ब्राऊन यांनी अंतराळवीरांना घेऊन जाणारी कुपी (capsule) प्रक्षेपित करण्यासाठी 'सॅटर्न-व्ही' बनवलं आणि मानवाचं चंद्रावर चालण्याचं स्वप्न साकार केलं. त्यांनी एके ठिकाणी म्हटलं आहे, "मला जर अधिकार मिळाला, तर मी शब्दकोशातून अशक्य हा शब्द काढून टाकीन."[८]

सर्जनशील भारतीय

भारतामध्ये आपल्या विकासाच्या विविध टप्प्यांवर बरेच नवउपक्रम घडले व सर्जनशील विचार प्रकटले आहेत.

१९६० च्या दशकात आपल्यापैकी कुणाच्या मनातसुद्धा आलं नव्हतं की, अणुऊर्जेद्वारे विद्युतशक्ती निर्माण होऊ शकेल किंवा एके दिवशी आण्विक औषधाचा थायरॉईड बिघाडावर व कर्करोगाच्या उपचारासाठी उपयोग केला जाईल. परंतु होमी भाभांच्या दूरदृष्टीमुळे

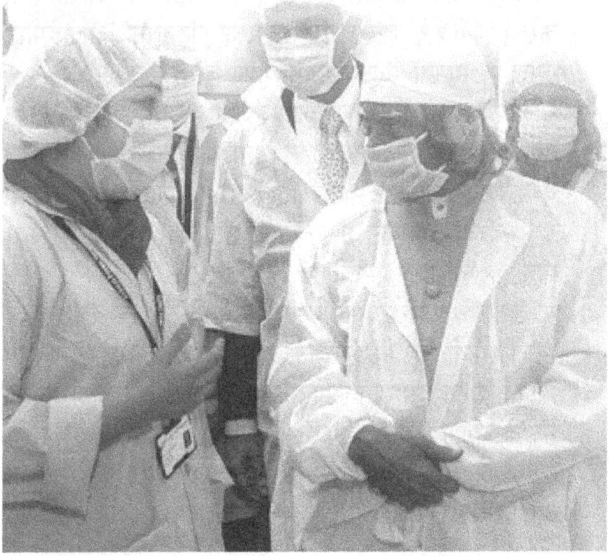

आण्विक शक्तिद्वारे निर्माण केलेली विद्युत ऊर्जा विजेच्या तारांतून प्रवाहित झाली आणि त्यानंतर अवघ्या दशकभराच्या काळात या ऊर्जेचं २०,००० मेगावॅटहून अधिक उत्पादन झालं.
१९८० च्या दशकात भारतात माहिती-तंत्रज्ञानाचा (IT) पाया अगदी कमकुवत होता. त्या वेळी नवउपक्रमशील, साहसी व सर्जनशील विचारांच्या काही तरुण उद्योजकांनी भारतातील कायदे-नियम यांच्या खडतर मर्यादांच्या कक्षेत राहून माहिती तंत्रज्ञानाची जोड असलेल्या सेवा परकीय चलन मिळवून देऊ शकतात हे दाखवून दिलं. हे यश पाहिल्यानंतर सरकारनं नवउपक्रमशील व उदार माहिती-तंत्रज्ञान धोरण अमलात आणलं. आता माहिती-तंत्रज्ञान क्षेत्रातील आपले तरुण उद्योजक अब्जावधी डॉलर्सचा निर्यात महसूल मिळवत आहेत. त्याचबरोबर औषधोत्पादन उद्योगसुद्धा भारतीय अर्थव्यवस्थेवर सकारात्मक प्रभाव निर्माण करत आहे.[९]

भविष्यातील विकास

'द एज ऑफ द स्पिरिच्युअल मशिन्स' या सुप्रसिद्ध पुस्तकाचे लेखक राय कुर्झवेल यांच्या मतानुसार, २००९ साली १००० डॉलर्सचा संगणक प्रति सेकंदाला एक 'ट्रिल्यन' आकडेमोडी करेल; २०१९ साली एक दशलक्ष 'ट्रिल्यन' आकडेमोडी करेल व मानवी मेंदूच्या सामर्थ्याशी बरोबरी करेल. २०२९ सालापर्यंत या संगणकाजवळ हजार मानवी मेंदूचं सामर्थ्य असेल! त्यामुळे भविष्यात मानव त्याची काही कामं संगणकाधारित यंत्रमानवावर सोपवून, स्वतःच्या नवउपक्रमशीलता व कल्पकतेच्या सामर्थ्याच्या बळावर आपल्या बुद्धिमत्तेचा वापर संगणकावर मात करण्यासाठी प्रभावीपणे करू शकेल.
या शतकाच्या अखेरपर्यंत, मानवी विचारांचं यांत्रिक बुद्धिमत्तेच्या – जी मानवी प्रजातीनं सुरुवातीला निर्माण केली आहे- जगताशी विलीनीकरण घडण्याचा मोठा प्रवाह येईल. ज्या वेळी मानवी मेंदू व संगणक यांमध्ये कसलाही सुस्पष्ट फरक उरणार नाही, त्या वेळी आपण माणसाचं स्थान यंत्रापेक्षा श्रेष्ठ कसं ठेवणार आहोत? संगणक आपल्याला आव्हान देणार आहेत. हा प्रश्न

केवळ जीवशास्त्रज्ञ व जैव-तंत्रशास्त्रज्ञांना भेडसावणार नाही, तर हा प्रश्न समस्त वैज्ञानिक समुदायापुढे आहे. याच वैज्ञानिक समुदायाला मानवजातीचं स्थान मानवनिर्मित संगणकांपेक्षा वरचं राखण्याची मोठी जबाबदारी पार पाडावी लागणार आहे. मानवी मनाची सर्जनशीलता व कल्पक घटक नेहमीच श्रेष्ठ राहतील व यंत्रांना वरचढ ठरतील ही सुदैवाची गोष्ट आहे. मानवी 'जीनोम'(genome) एका सॉफ्टवेअरनं भरलेलं आहे. मानवी प्रजातीचं खरंखुरं सामर्थ्य प्रकट करण्यासाठी ते अद्याप संपूर्ण सक्रिय व्हायचं आहे.[१०]

नव्या डिजिटल अर्थव्यवस्थेत प्रसारित होणारी माहिती नवे साहसी उपक्रम घडवते व राष्ट्रीय संपत्तीत योगदान देते.

सर्जनशीलतेतून नवउपक्रम व संपत्तीनिर्मिती घडते

स्थितीज (static) असणाऱ्या माहितीचा विकास घडत नाही. नव्या डिजिटल अर्थव्यवस्थेत प्रसारित होणारी माहिती नवे साहसी उपक्रम घडवते व राष्ट्रीय संपत्तीत योगदान देते.

नवउपक्रमांच्या प्रक्रियेच्या माध्यमातून ज्ञान संपत्तीत रूपांतरित होते. नवउपक्रम हे सर्वसाधारणत: पृथक्करण, सूक्ष्म अभ्यास, चाचण्या व प्रयोग अशांसारख्या अनेक टप्प्यांत केले जाणारे पद्धतशीर, सुसंघटीत, तर्कशुद्ध कार्य असते.[११]

नवउपक्रमासाठी अंगी धाडस आवश्यक असतं :

धाडस .... निराळा विचार करण्याचं,

धाडस ... शोध लावण्याचं,

धाडस .... अशक्य गोष्टी शोधून काढण्याचं,

धाडस ... समस्यांवर मात करून यशस्वी होण्याचं.[१२]

सर्वसाधारणपणे नवउपक्रमांमागे बाजारपेठ हा मुख्य विचार असतो. नवउपक्रम याचा अर्थ पर्यायी तंत्रज्ञानाचा स्वीकार अथवा उत्पादनाची किंमत सर्वांत कमी राखण्याच्या (cost effective) पद्धतींच्या वापराने त्या उत्पादनाची किंमत कमी करणे, या मार्गांनी एखाद्या उत्पादनाच्या अथवा पद्धतीच्या (system) कामगिरीमध्ये अपेक्षित सुधारणा घडवणे असाही असू शकतो. नवे उत्पादन काही क्षेत्रांत फारच किफायतशीर ठरते. आपण 'ऑप्टीकल कम्युनिकेशन्स' च्या क्षेत्रात वेग आणि किंमत यासंदर्भात हे पाहत आहोत; लवचीक उत्पादन पद्धतींमध्ये हेच पर्याय निवड व किंमत यासंदर्भात पाहायला मिळतील; 'वेब'शी निगडित प्रक्रियांत हेच ग्राहक– समाधान व किंमत या संदर्भात असते.

नवउपक्रम संशोधन व विकास यांद्वारे घडतात. तसंच ते संस्थात्मक परिवर्तनासह, इतर काही स्रोतांद्वारेही घडतात. त्यामुळे आपल्या देशात प्रभावी नवउपक्रम पद्धती स्थापन होण्याची निकड आहे. अशा पद्धतीमध्ये 'क्लस्टर' निर्मितीचा सहभाग असेल. हे 'क्लस्टर्स' परस्परावलंबी फर्म्स, ज्ञान-निर्माण संस्था (विद्यापीठे, महाविद्यालये, संशोधन संस्था, तंत्रज्ञान देणाऱ्या फर्म्स), दुवा

बनणाऱ्या संस्था (उदा. विचारवंत, तंत्रज्ञानविषयक सेवा वा सल्लागार) आणि मूल्यवर्धन घडवणाऱ्या उत्पादनशृंखलेशी जोडले गेलेले ग्राहक यांची नेटवर्क्स असतील. अशा प्रकारे, 'क्लस्टर्स' चा समावेश असणारी नवउपक्रम पद्धती वाढता जागतिक ज्ञानसंचय स्वत:साठी उपलब्ध करून, तो आत्मसात करून, स्थानिक गरजांसाठी उपयोगात आणेल आणि अखेर नवे ज्ञान व तंत्रज्ञान निर्माण करेल.

राष्ट्रीय नवउपक्रम क्षमता हे देशाचे अत्यंत महत्त्वपूर्ण सामर्थ्य असते. याच बळावर देशाचे राजकीय व आर्थिक अस्तित्व दृढ होत असते. जागतिक बाजारपेठेत उत्पादनांच्या स्पर्धेत टिकून राहण्याची क्षमता यामुळेच निर्माण होत असते. ही क्षमता विशुद्ध वैज्ञानिक अथवा तंत्रविषयक कर्तृत्वापेक्षा निराळी असते, ती नव्या तंत्रज्ञानाच्या किफायतशीर वापरावर भर देते.

अशा प्रकारे नवउपक्रम क्षमता बळकट करण्यासाठी खाजगी क्षेत्र, सार्वजनिक क्षेत्र व शैक्षणिक संस्थांनी एक गट म्हणून एकत्र येण्याची गरज आहे.[१३]

मानवी विचारांचा पाया

सर्जनशीलता हा मानवी विचारांचा पाया आहे. संगणकांचा वेग व 'मेमरी' या संदर्भात कितीही विकास झाला, तरी मानवी विचारशक्ती सदैव मूल्यशृंखलेच्या अंतिम टोकालाच राहील. सर्जनशीलता ही सदैव मानवी मनाची खासियत राहील आणि तंत्रज्ञानानं दिलेली प्रचंड गणनशक्ती हे प्रभावी आयुध ठरेल, आणि याच आयुधाच्या मदतीनं मानवी मन आत्तापेक्षा अधिक चांगलं जग घडवण्याच्या योजना आकाराला आणेल.[१४]

कला व साहित्य

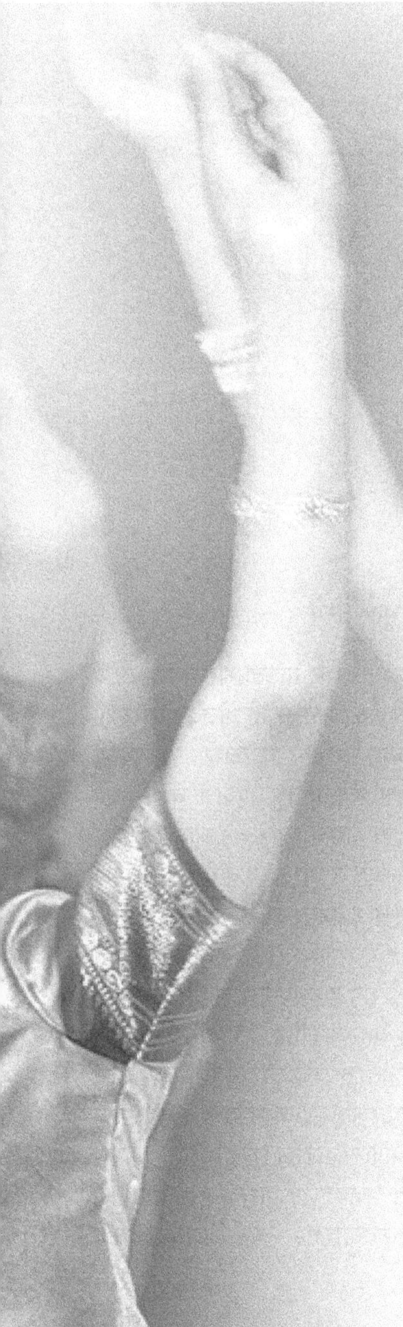

निसर्गातील सहज सौंदर्याचा सुखद उद्‌गार म्हणजे कला. व्यंगचित्र असो, शिल्परचना असो वा साहित्य, त्याची अनुभूती घेणाऱ्या व आनंद लुटणाऱ्या प्रत्येकाच्या मनात ते अतिशय सुंदर जीवनचैतन्य फुलवते. असे चैतन्य प्रेम, हास्य, स्नेह व शांती यांचा संदेश मूकपणे पण परिणामकारकरीत्या पसरवते.[१]

कला व साहित्य

कला जगण्यास साहाय्यभूत ठरते

पृथ्वीनं विविध कालखंडांत अनेक थोर मानवी संस्कृतींचा उदय होताना पाहिला आहे, पण त्यांपैकी फक्त काही मोजक्या संस्कृती टिकून राहिल्या आहेत. ज्या संस्कृती काळाच्या ओघातही टिकून राहिल्या, त्यांच्यामध्ये भविष्याचा वेध घेण्याची व परिवर्तन स्वीकारण्याची क्षमता होती. ही क्षमता साहित्य, काव्य व इतर बोली भाषांनी निर्माण केलेल्या वैचारिक कुवतीमुळे निर्माण झाली. प्राचीन तत्त्ववेत्त्यांनी व त्यानंतरच्या काळात शास्त्रज्ञ, तंत्रज्ञानकुशल व्यक्ती, अर्थतज्ज्ञ व समाजशास्त्रज्ञ यांनी हातात हात घालून विविध मानवी संस्कृती समृद्ध करण्याचं कार्य केलं आहे. आपल्या भारतीय संस्कृतीनं बहुसांस्कृतिक प्रभावामुळे निर्माण होणारे बदल स्वीकारले आहेत व पचवले आहेत. त्यामुळेच आपल्याकडे एक अब्ज बहुसांस्कृतिक, बहुभाषिक व बहुधर्मीय लोक एकदिलानं राहतात. आपल्याकडील विचारवंतांचे आभार मानायला हवेत. आपल्याकडे 'महाभारता'सारखी परंपरा निर्माण करणारी महाकाव्यं व 'तिरुक्कुरल', 'कबीरवाणी' आणि

'नारायणीयम्' सारख्या अभिजात रचना शतकानुशतकं टिकून आहेत.[२]

ग्रंथ – आपले चिरंतन सोबती

चांगला ग्रंथ हाती येणं आणि तो आपल्याजवळ असणं ही जीवनातील चिरस्थायी समृद्धी आहे. उत्तम ग्रंथ आपला कायमचा सोबती बनतो. कधीकधी, ग्रंथांचा जन्म आपल्या आधी झालेला असतो, असे ग्रंथ आपल्याला जीवनप्रवासात मार्गदर्शन करतात व असंच मार्गदर्शन कित्येक पिढ्यांना करतात.

जीवनातील सौंदर्य सर्वांत देखण्या रूपात प्रकट करण्यास कला साहाय्य करते. मानवी अस्तित्वाला अर्थ व गांभीर्य देण्याबरोबरच, जीवन ज्या उद्देशासाठी विकसित झाले, त्या उद्देशाला कला शक्ती प्रदान करते.

अल्बर्ट आईनस्टाईनना वयाच्या बाराव्या वर्षी त्यांचे गुरू मॅक्स टॅलमूड यांनी युक्लिडियन भूमितीचं एक छोटंसं पुस्तक दिलं होतं. त्यांना या पुस्तकाच्या रूपानं आश्चर्यच गवसलं!

आईनस्टाईनना या पुस्तकातून विशुद्ध विचार या प्रांताची व संकल्पनेची ओळख झाली आणि ते कोणत्याही महागडी प्रयोगशाळा वा उपकरणं यांच्या मदतीविना, फक्त मनोसामर्थ्यावर वैश्विक सत्यांचा उलगडा करायला शिकले.

माझी आवडती पुस्तके

माझा तरुणांशी परस्परसंवाद घडतो, त्या वेळी मला हटकून विचारला जाणारा प्रश्न म्हणजे,

तुमची आवडती पुस्तकं कोणती?

सध्या तुम्ही कोणतं पुस्तक वाचत आहात?

मी वाचलेल्या सर्वच पुस्तकांची आठवण माझ्या मनात जपून असली तरी माझी सर्वाधिक आवडती तीन पुस्तकं आहेत. त्यापैकी एक म्हणजे लिलियन आयश्लर वॅटसन यांनी संपादित केलेलं 'लाईटस् फ्रॉम मेनी लॅम्प्स'. मी हे पुस्तक चेन्नईच्या मूरे मार्केटमधल्या एका जुन्या पुस्तक दुकानातून १९५३ साली खरेदी केलं होतं. तेव्हापासून हे पुस्तक माझा जिवलग मित्र व सोबती बनून, गेल्या पाच दशकांहून अधिक काळ माझ्याजवळ आहे. हे पुस्तक इतकं वापरलं गेलं आहे की, बऱ्याच वेळा या पुस्तकाचं बाईंडिंग करून आणलं आहे! जेव्हा जेव्हा माझ्यासमोर काही समस्या उभी ठाकते, तेव्हा तेव्हा मी हे पुस्तक उघडतो

आणि ते माझे अश्रू पुसतं. जेव्हा जेव्हा माझं मन आनंदानं काठोकाठ भरून सैरभैर होतं, तेव्हा हेच पुस्तक माझ्या मनाला हळुवार स्पर्श करतं आणि मला समतोल विचार करायला लावतं. नुकतीच माझ्या एका मित्रानं– तो न्यायमंडळात आहे – मला याच पुस्तकाची नवी आवृत्ती भेट दिली, तेव्हा मला या पुस्तकाचं महत्त्व पुन्हा एकदा जाणवलं. तो मला म्हणाला की, 'मी तुला देऊ शकतो अशी सर्वोत्तम भेट म्हणजे हे पुस्तक.' कदाचित आजपासून पन्नास वर्षांनी हेच पुस्तक नवा अवतार धारण करू शकेल!

लेखक मनुष्यजातीला प्रतिकूलता सोसण्यास व जीवनात यशस्वी होण्यास साहाय्य करू शकतात, हा लेखकांना लाभलेला विशेषाधिकार आहे.

मला अत्यंत पूजनीय वाटणारं दुसरं पुस्तक म्हणजे तिरुवल्लूवर यांचं 'तिरुक्कुरल'. या पुस्तकात जीवनात कसं आचरण करावं याचं उत्कृष्ट मार्गदर्शन मिळतं आणि राष्ट्र, भाषा, धर्म व संस्कृती अशा संकुचित संकल्पनांपलीकडे जाणारे लेखकाचे विचार मानवी मनाची उंची खचितच वाढवतात.

तिसरं पुस्तक म्हणजे 'मॅन द अननोन'. या पुस्तकाचे लेखक आहेत डॉ. अॅलेक्सिस कॅरेल. हे डॉक्टर सद्गृहस्थ तत्त्वज्ञ बनले. त्यांना नोबेल पुरस्कारानं सन्मानित करण्यात आलं आहे. आजारपणात शरीर व मन या दोघांनाही असणारी उपचारांची गरज त्यांच्या पुस्तकामध्ये अधोरेखित करण्यात आली आहे. शरीर व मन या दोन्ही एकात्म गोष्टी असतात. तुम्ही त्यापैकी एकावर इलाज करून, दुसऱ्याकडे दुर्लक्ष करू शकत नाही. विशेषत: डॉक्टर बनण्याचं स्वप्न असलेल्या मुलांनी हे पुस्तक वाचावं. या पुस्तकातून त्यांना समजेल की, मानवी शरीर ही यांत्रिक पद्धती नाही, तर ही गुंतागुंतीच्या व संवेदनक्षम प्रतिक्रिया यंत्रणेचा समावेश असणाऱ्या मानसिक व शारीरिक यंत्रणेनं बनलेली बुद्धिवान व एकात्म अशी निरनिराळ्या परस्परोपकारी घटकांची संघटित संस्था (organism) आहे.[३]

ग्रंथ सदैव माझे मित्र होते
गेल्या पन्नास वर्षांहून अधिक काळ
ग्रंथांनी मला स्वप्नं दिली
स्वप्नांमधून जीवितध्येये गवसली
ग्रंथांनी मला ध्येयपूर्तीसाठी आत्मविश्वासानं

सज्ज होण्यास साहाय्य केलं.
अपयशाच्या प्रसंगी ग्रंथांनीच मला धैर्य दिलं
उत्तम ग्रंथ माझ्यालेखी देवदूत होते
एरवीही ते माझ्या काळजाला हळुवार स्पर्श करतात
म्हणूनच मी माझ्या तरुण मित्रांना सांगतो,
ग्रंथांशी मैत्री जोडा,
ग्रंथ तुमचे उत्तम मित्र असतात.[४]

लेखकांचे महत्त्व

ग्रंथलेखक मानवी जीवनात फार महत्त्वाची भूमिका बजावतात. एखाद्या लेखकाचे उत्तम पुस्तक अनेक पिढ्यांसाठी थोर ज्ञानाचा व संपत्तीचा स्रोत असते. कधी-कधी एखादं पुस्तक लेखकाच्या जीवनकालात वाचकांना स्फूर्तिदायक ठरणार नाही, पण त्या पुस्तकातून दिलेल्या संदेशाचं महत्त्व काळाच्या ओघात अधिक स्पष्ट होतं. त्या वेळी समाजाला या पुस्तकाची किंमत उमगते आणि मग हे पुस्तक चमकू लागतं. काही अभिजात रचना अनेक पिढ्यान्‌पिढ्या चमकत आहेत.[५]

लेखक समाजाची सद्सद्विवेकबुद्धी जागृत ठेवण्याचे काम करतात.

३८ व्या ज्ञानपीठ पुरस्कारानं सन्मानित तामिळ लेखक जयकांतन म्हणतात, "तुमच्या (वाचकाच्या) पलीकडे जाणं हे माझं (लेखकाचं) यश आहे."

वाचकाला 'स्व' पलीकडे जाण्याचा मार्ग दाखवणं हा साहित्याच्या यशाचा मापदंड आहे.

मला जयकांतन यांचा जीवनविषयक दृष्टिकोन स्मरतो. 'ओरु इलाक्कियवधियन अरासियल अनुबवंगल'– एका साहित्यिकाचे राजकीय अनुभव – या त्यांच्या एका निबंधसंग्रहाच्या प्रस्तावनेत त्यांनी म्हटलं आहे,

"आपले स्वातंत्र्यसैनिक आणि ज्ञान व धैर्यसंपन्न समाजवादी विचारवंत यांनी एकत्र येऊन, नवा स्वतंत्र समाज घडवण्यासाठी त्याग करण्याची वेळ येऊन ठेपली आहे असं वाटत नाही का? ही वेळ कधी येईल? साहित्यिक मनाला त्याची उत्कट आस लागली आहे."

अशाच एका संदर्भात जयकांतन म्हणतात,

"साहित्यक्षेत्रातील माझ्या लेखनाबद्दल सांगायचं, तर मला वाळीत टाकलं तरीसुद्धा मी साहित्याच्या प्रांतातच काम करत, परिवर्तन घडण्याची वाट पाहत राहीन, जगत्गुरू आदि शंकराचार्यांसारखं, दत्तात्रेयांना गुरू मानून. ही माझी इच्छा नाही, तर परमेश्वराची इच्छा आहे."

दिवसभरात केवळ पुस्तक वाचनासाठी एक तास राखून ठेवा, अवघ्या काही वर्षांत तुम्ही ज्ञानकेंद्र बनाल.

किती सुंदर आणि काळजाला भिडणारं विधान आहे! हे वाचताना माझे डोळे भरून आले होते, कारण आज मला अवतीभवती सर्वत्र निराशा व दैववाद दिसत असला, तरी अशी मनातील श्रद्धा त्याला आव्हान देताना दिसत आहे! अशा प्रकारे साहित्य वैचारिक उंची वाढवतं आणि लेखक समाजाची सद्सद्विवेकबुद्धी जागृत ठेवण्याचं काम करतात.

आपल्या विचारवंतांचे व लेखकांचे तारांगण आपल्या तरुणांमधून ज्ञानसंपन्न नेतृत्व निर्माण करण्यास साहाय्यभूत होऊ शकते. हे लेखक त्यांच्या लेखनातून आपल्या तरुण पिढीला स्फूर्ती देऊ शकतात. मानवजातीची सहृदयता व उत्साह यांची थोरवी सांगू शकतात आणि कमजोरी व निराशा यांच्याशी अदम्य जिद्दीनं लढण्याच्या आवश्यकतेचं स्मरण घडवू शकतात.

हे लेखकांवर लादलेलं कर्तव्य नाही, तर हा त्यांना लाभलेला विशेषाधिकार आहे की, ते मनुष्यजातीला प्रतिकूलता सोसण्यास व जीवनात यशस्वी होण्यास साहाय्य करू शकतात.

देशातील नैसर्गिक संपत्ती, जैवविविधता व इथले लोक यांमुळे देश समृद्ध बनतो, पण देशातील विचारवंत हे देशाचं झळाळतं वैभव असतं. हे विचारवंत समाजाला काळाच्या पुढे नेतात व समाजाला परिवर्तन स्वीकारायला लावतात.[६]

लहान मुलांना व विद्यार्थ्यांना पुढील उपदेश आचरणात आणण्यासाठी प्रोत्साहित केलं पाहिजे.

''दिवसभरात केवळ पुस्तक वाचनासाठी एक तास राखून ठेवा, अवघ्या काही वर्षांत तुम्ही ज्ञानकेंद्र बनाल.''

लोकांनी भेटीदाखल पुस्तकं देणं ही सवयच बनवली पाहिजे, विशेष करून तरुणांना भेटवस्तू देताना. अशा कृतींतून आपले तरुण समृद्ध बनतील आणि मग त्यांना आपला समाज हा ज्ञानसमाज बनवण्याच्या कार्यात साहाय्य करा.[७]

संगीत, नृत्य व नाट्यकला

आपल्याला साहित्य, संगीत, नृत्य व नाट्यकलेच्या मिलापाचा पाच हजार वर्षांहून अधिक काळाचा, समृद्ध सांस्कृतिक वारसा आहे. कलाकारांना कला सादर करताना पाहून माझ्या मनात येतं की, संगीत व

नृत्य यांचा उपयोग जागतिक शांती प्रस्थापित करणारी व परस्परांना एकत्र आणणारी साधनं म्हणून केला जाऊ शकेल का? अलीकडच्या काही वर्षांत दहशतवादानं अनेक निष्पाप जीवांचा बळी घेतला आहे. या समस्येची अखेर करण्यासाठी लष्करी, आर्थिक व कायदेशीर मार्गांखेरीज इतर कुठला पर्याय आहे का? माझी खात्री आहे की, दहशतवादावर नियंत्रण मिळवण्याच्या महत्त्वपूर्ण आयुधांमध्ये संगीत व नृत्य यांचा समावेश होऊ शकतो.

संगीत व नृत्य तुम्हाला संपूर्ण निराळ्याच प्रतलावर नेतात आणि तुम्हाला आनंद व शांतीच्या शीतल झुळकीची अनुभूती देतात. कलाकाराचं मन जेव्हा शांत व आनंदी असेल, तेव्हाच त्यातून संगीत व नृत्याचा उगम होऊ शकतो. अशा मनोवस्थेत कलाकार अभिरुचीसंपन्नता, शांती व समाधानाचे प्रसारक बनतात.[८]

संगीत व नृत्य यांचा उपयोग जागतिक शांती प्रस्थापित करणारी व परस्परांना एकत्र गुंफणारी शक्ती म्हणून केला जाऊ शकतो.

संगीत सर्वांना एकत्र आणतं. याचा कर्नाटकी संगीतापेक्षा उत्तम पुरावा कोणता असेल! तंजोर जिल्ह्यात यातील त्रिमूर्तींनी त्यांच्या 'कृती' तेलगू व संस्कृतमध्ये गायल्या होत्या; पुरंदरदासांनी कानडीत, अण्णमाचार्यांनी तेलगुत व अरुणगिरीनाथर यांनी तामिळमध्ये गायन सादर केलं होतं. पण संगीतप्रेमींसाठी भाषेचा अडसर कधीच आला नाही. केरळच्या त्रावणकोर येथील, आंध्र प्रदेशातली तिरुपती येथील, तामिळनाडूतील तंजावर येथील व कर्नाटकातील म्हैसूर येथील संगीत घराणी एखाद्या कंठहारातील रत्नांप्रमाणे झगमगती आहेत. या सर्व रत्नांना संगीताच्या धाग्यानं एकत्र गुंफून ठेवलं आहे. संगीत हेच एक महान संपर्कमाध्यम व भाषा आहे, ते अडसर कधीच ठरू शकत नाही.[९]

भारतात आधुनिक नृत्याचे जनक म्हणून ओळखल्या जाणाऱ्या उदय शंकर यांनी भारतीय नृत्य व संगीताची संपूर्णत: नवी व संपन्न व्याख्या केली. त्यांनी आपल्या देशातील निरनिराळ्या शास्त्रीय व लोकनृत्य प्रकारांची आश्चर्यकारक विविधता व त्यांमध्ये अभिव्यक्तीसाठी असणारा प्रचंड वाव जाणला आणि ते सर्व एका अपूर्व कलात्मक सूत्रात बद्ध केलं. अशा प्रकारे नृत्याची शब्दसंपदा संपन्न होऊन उत्कृष्टतेच्या सर्वोच्च शिखरावर पोहोचली. १९३० ते १९४० या दशकात ते भारतीय कलांच्या

पुनरुज्जीवनाचे खरेखुरे अग्रणी ठरले. त्यांनी पाश्चिमात्त्य जगाला भारतीय नृत्य प्रकार व संगीत यांचा परिचय घडवला, त्यांना जागतिक कीर्ती व आदर मिळवून दिला. याच उदय शंकर यांनी कुठल्याही शास्त्रीय नृत्यशाळेत कोणतंही औपचारिक प्रशिक्षण घेतलेलं नाही, तरीही ते कलाजगतात स्वत:चं निराळं, उत्तुंग स्थान बनवू शकले. ही त्यांच्या उपजत प्रतिभेची साक्ष आहे.[१०]

मी देशाच्या विविध भागांना दिलेल्या भेटींदरम्यान पाहिलं आहे की, ग्रामीण भागातील व विविध जमातींतले लोक संगीत व नृत्याविषयी खूप प्रेम बाळगतात. बरेचदा त्यांना गीत व नृत्याचा आविष्कार घडवण्यासाठी फक्त काहीतरी निमित्त मिळायला हवं असतं. याचं त्यांना त्यांच्या खडतर ग्रामीण जीवनाचे खडबडीत कंगोरे गुळगुळीत करण्यासाठी साहाय्य होतंच. शिवाय त्यामुळे आपल्या प्राचीन सांस्कृतिक परंपरांचं जतन, प्रसार व विकासही होतो. आपलं संगीत, नृत्य व रंगभूमी यांचा विकास ग्रामीण कलांतून घडला आहे. निरनिराळ्या कला प्रवाहांच्या मिलापातून निर्माण झालेल्या संस्कृतीनं आपली कलात्मक अभिव्यक्तीची परंपरा समृद्ध केली आहे, आणि तिला सक्रिय प्रोत्साहन मिळालं पाहिजे.[११]

नाटक हा लोकांच्या मनांना उभारी देणारा महान कलाप्रकार आहे. नाटक हे संदेश देण्याचं, कल्पक संकल्पना व विचार रुजवण्याचं, सामर्थ्यवान माध्यम बनू शकतं. चित्रपट, दूरदर्शन व मल्टिमीडिया यांमुळे हा कलाप्रकार प्रचंड दबावाखाली आहे. ही इतर माध्यमे स्वत:ची भूमिका साकारत आहेत. मात्र आपण आपल्या अनेक प्राचीन नाट्य प्रकारांचं व त्यामध्ये गुंफलेल्या समृद्ध पारंपरिक कथांचं पुन्हा स्मरण घडवण्याची आवश्यकता आहे.[१२]

चित्रपटांची ताकद

देशातील विचारवंत हे देशाचे झळाळते वैभव असते.

चित्रपट उद्योगातील लोकांकडे दर्शकांना हसवण्याचं, रडवण्याचं, त्यांना क्षुब्ध करण्याचं, स्फूर्ती देण्याचं आणि त्यांना खिन्न करण्याचंही सामर्थ्य आहे. ते दर्शकांच्या भावनांना स्पर्श करून त्यांच्या मनावर तात्पुरती किंवा कधीकधी दीर्घ काळपर्यंत छाप

ठेवू शकतात. चित्रपटांची ताकद ही अशी असते.[१३]

नुकतंच एक पुस्तक माझ्या वाचनात आलं, 'आर्टिक्युलेशन्स-व्हॉईसेस फ्रॉम द कन्टेम्परी इंडियन व्हिज्युअल आर्ट'. मी त्या पुस्तकात दृश्य कला व चित्रकलांच्या थोर क्षेत्राचा असामान्य गुण कोणता ते शोधत होतो. ते कोणती साधनं वापरतात? समाज व कलावंत यांच्यात काय नातं असतं? कलावंतांची शाई व ब्रश अशासारखी साधनं व समाज यांना जोडणारं काही सूत्र असतं का?

संगीत हे एक महान संपर्कमाध्यम आहे, त्यामध्ये भाषेचा अडसर येऊ शकत नाही.

एम.एफ. हुसेन म्हणतात की, 'चित्रं ही समाजानं केलेली निर्मिती असते.' याचाच अर्थ असा की, जर समाज मध्यम दर्जाचा असेल, तर चित्र निर्मितीही मध्यम दर्जाचीच होणार, आणि जर समाज बुद्धिसंपन्न व समृद्ध असेल, तर त्याचे प्रतिबिंबही चित्रात उमटणारच. 'आर्टिक्युलेशन्स' वाचत असताना माझ्या लक्षात आलं की, प्रत्येक चित्रकार व कलाकार हे त्याला समृद्ध करणाऱ्या प्रत्येक घटनेतील सौंदर्याच्या शोधात असलेलं एक विलक्षण व्यक्तिमत्त्व असतं. आर.के. लक्ष्मणना कावळे रेखाटायला आवडतं, त्यांच्या चित्रात कोणत्याही पार्श्वभूमीवर कावळे सहज नजरेला पडतात. के.के. हेब्बर यांना चित्रांच्या लयबद्ध रेषा स्फूर्ती देतात. मी एका कलावंताच्या या विधानाशी सहमत आहे की, 'कलावंतांची ज्ञात गोष्टींशी भागीदारी असावी, अज्ञात स्वत:हून प्रकट होईल.'

मी काही काळापूर्वी तामिळमध्ये एक कविता रचली व त्याचा इंग्रजी अनुवादही केला. त्या कवितेचं नाव आहे 'लाईफ ट्री' (जीवनवृक्ष). या कवितेतून जीवनोत्सवाचा संदेश व्यक्त होतो. ही कविता रचत असताना, त्यातून दृश्य जीवनरस, सौंदर्य व सर्जनशीलता प्रकट होईल असं कधी माझ्या मनातसुद्धा आलं नव्हतं.

त्याच दरम्यान मानव नावाचा एक तरुण कलावंत राष्ट्रपती भवनात आला होता. तो 'मुघल गार्डन्स'चं नैसर्गिक सौंदर्य रंगरेषांत उतरवणार होता. तो इथं त्याच्या कुटुंबासमवेत दोन आठवडे राहिला होता. या काळात त्यानं जीवनरसानं बहरलेली अतिशय सुंदर चित्रं साकारली. मला त्याच्या चित्रांत फुलांचं

सौंदर्य, त्यांचा गंध, फुलांतील मधुरसाचा स्वाद यांची अनुभूती मिळाली. माझी 'लाईफ ट्री' ही कविता त्याच्या वाचनात आली आणि तो या कवितेच्या प्रेमातच पडला. त्यानं 'मुघल गार्डन्स'-मधल्या मनोहर वातावरणात सात दिवस राहून 'जीवनवृक्षा'चं बोलत्या वृक्षात रूपांतर केलं.

केवढी सुंदर निर्मिती! चित्रकाराच्या मनात चित्रकला व काव्य यांची गुंफण होऊन नवनिर्मिती कशी घडते ही गोष्ट त्या वेळी प्रथमच माझ्या ध्यानात आली. ही नवनिर्मिती तुमच्या काळजाला स्पर्श करते, भावनांवर हळुवार फुंकर घालते. या संयुक्त कलेचं सौंदर्य व शांती प्रत्येक कलावंत व्यक्तीच्या मनामनांत पोहोचवून, त्याचं किंवा तिचं मन व आत्मा आनंदानं चिंब भिजवतं.[१४]

प्रत्येक चित्रकार व कलाकार हे त्याला समृद्ध करणाऱ्या प्रत्येक घटनेतील सौंदर्याच्या शोधात असलेले एक विलक्षण व्यक्तिमत्त्व असते.

समृद्धी व कला

कोणत्याही देशाची समृद्धी त्या देशातील कलावंत व लेखक यांच्या सर्जनशीलतेवर थेट अवलंबून असते. तुम्हाला इतिहासात शिकलेलं आठवत असेल की, कोणत्याही साम्राज्याच्या सुवर्णकाळात अनेक कलाकार व लेखक यांना नेहमीच राजाश्रय लाभला होता.

भारताला विकसित देश बनवण्यामध्ये कला व साहित्याच्या विद्यार्थ्यांचं महत्त्वाचं योगदान घडणार आहे. त्यांना सर्जनशील मनोरंजन व व्यवस्थापन या क्षेत्रात नोकरीच्या विपुल संधी लाभतील. इथून पुढच्या काळात समाज याच दोन क्षेत्रांवर प्रचंड वेळ व पैसा खर्च करेल. हेच विद्यार्थी, जनता व धोरणकर्ते तसंच जनता व वैज्ञानिक आणि तंत्रज्ञ यांच्यातील प्रभावी दुवा बनू शकतील.[१५]

निसर्गातील सहज सौंदर्याचा सुखद उद्गार म्हणजे कला. व्यंगचित्र असो,शिल्परचना असो वा साहित्य, त्याची अनुभूती घेणाऱ्या व आनंद लुटणाऱ्या प्रत्येकाच्या मनात ते अतिशय सुंदर जीवनचैतन्य फुलवतं. असं चैतन्य प्रेम, हास्य, स्नेह व शांती यांचा संदेश मूकपणे पण परिणामकारकरीत्या पसरवतं.[१६]

जीवनातील सौंदर्य सर्वांत देखण्या रूपात प्रकट करण्यास कला साहाय्य करते, जीवन अधिक उत्तुंग, चांगल्या व सुसंस्कृत

प्रतलावर नेते, आणि मानवी अस्तित्वाला अर्थ व गांभीर्य देण्याबरोबरच, जीवन ज्या उद्देशासाठी विकसित झाले, त्या उद्देशाला शक्ती प्रदान करते.

जिथं चिरंतन मानवी मूल्यं निर्दयपणे पायदळी तुडवली जातात आणि ऐहिक सुखाच्या सदैव मागं धावण्यात जीवनसौंदर्य हरवून जातं, अशा कलहजर्जरित जगात आपण यापेक्षा अधिक काय मागणार आणि काय अपेक्षा करणार![१६]

चिरंतन मूल्ये

ते फूल पहा,
किती औदार्याने सुगंध व
मधुरस देत असते.
ते या गोष्टी सर्वांनाच देते,
ते आपले प्रेम सर्वांनाच मुक्त
हस्ते देते.
जेव्हा त्याचे कार्य पूर्ण होते,
तेव्हा ते शांतपणे गळून पडते.
फुलासारखे होण्याचा प्रयत्न
करा,
इतके सगळे गुण असूनही
निराभिमानी ... नम्र.[१]

चिरंतन मूल्ये

प्रामाणिकपणा

मी 'प्रशांती निलयम'मध्ये एक सुंदर गीत ऐकलं होतं. प्रामाणिकपणा वृद्धिंगत करण्याद्वारे जागतिक शांती मिळवण्याच्या कल्पनेचा पुरस्कार करणाऱ्या त्या गीताचा अर्थ होता,

जिथे काळजात प्रामाणिकपणा असतो,
त्या व्यक्तित्वात सौंदर्य असतं,
जेव्हा व्यक्तित्वात सौंदर्य असतं,
तेव्हा घरात सुसंवाद असतो.
जेव्हा घरात सुसंवाद असतो,
तेव्हा देशात सुव्यवस्था असते.
जेव्हा देशात सुव्यवस्था असते,
तेव्हा जगात शांती नांदते.

आपण हृदय, व्यक्तित्व, देश व जग यांचा सुंदर गोफ निर्माण करू शकतो. यासाठी माणसाच्या हृदयात प्रामाणिकपणा कसा भिनवायचा? मानवी निर्मितीचा उद्देश हाच आहे.[२]

आपण अतिशय गुंतागुंतीच्या परिस्थितीतून वाटचाल करत

आहोत. आपल्यापैकी बरेच जण स्वत:शी, समाजाशी व जगाशी संघर्ष करत आहेत. प्रत्येक क्षणी आपल्या मनात युद्ध सुरू आहे. आपण या दिशेला जावं की त्या दिशेला. अशा प्रकारे मन जेव्हा विचारांच्या आवर्तात गुरफटेल, त्या वेळी आपण परमेश्वराजवळ प्रार्थना केली पाहिजे की, आम्हाला सदैव सदाचरणी मार्गावरच ठेव.[३]

नैतिक मूल्यांवर आधारलेल्या सुयोग्य शिक्षणाद्वारेच समाज व देशाची प्रगती होईल.

आपण समाजाचा विचार केला, तर आपल्याला त्याच्या सर्व घटकांमध्ये प्रामाणिकपणा रुजवावा लागेल. संपूर्ण समाज प्रामाणिक बनवण्यासाठी आपण कुटुंबात प्रामाणिकपणा निर्माण करणं आवश्यक आहे. त्याचबरोबर शिक्षणात, नोकरीत, करियरमध्ये, उद्योग - व्यवसायात, सनदी प्रशासनात, राजकारणात, सरकारमध्ये, कायदा व सुव्यवस्थेत आणि न्यायामध्येसुद्धा प्रामाणिकपणा निर्माण होणं आवश्यक आहे.[४]

प्रामाणिक घरकुलं

जर देश भ्रष्टाचारमुक्त करायचा असेल व सुंदर मनांचा देश बनवायचा असेल, तर त्यामध्ये अत्यंत महत्त्वपूर्ण भूमिका बजावू शकणारे तीन अतिशय महत्त्वाचे सामाजिक घटक म्हणजे माता, पिता व शिक्षक होत.

बेंगलोरच्या 'इंडियन इन्स्टिट्यूट ऑफ सायन्स' मध्ये काम करणाऱ्या एका सदस्यानं मला एक प्रसंग सांगितला होता. त्यांनी त्यांच्या मुलीला शिकवण दिली होती की, कायम सत्य बोलायचं आणि जर तू सत्याच्या मार्गावर चालत राहिलीस, तर तुला आयुष्यात कशाचीही भीती वाटणार नाही. आज ती मुलगी दहा वर्षांची आहे. ती दुसरीत होती त्या वेळी तिनं एक दिवस शाळा बुडवली, कारण ती वडिलांबरोबर त्यांच्या मित्राच्या घरी एका समारंभासाठी गेली होती. दुसऱ्या दिवशी शाळेत 'लीव्ह नोट' देताना वडिलांनी लिहिलं की, 'काही अपरिहार्य कारणामुळे माझी मुलगी शाळेला येऊ शकली नाही.' त्यावर ती मुलगी तत्क्षणी उद्गारली, "मी अपरिहार्य कारणामुळं शाळेला आले नव्हते असं का सांगायचं? आपल्याला त्या समारंभाला जावं लागलं, म्हणून शाळेला आले नाही, असं का नाही सांगायचं?

मी खोटं का सांगू?"

वडिलांना ताबडतोब त्यांची चूक उमगली आणि त्यांनी मुलीच्या अनुपस्थितीचं खरं कारण देऊन ती 'लीव्ह नोट' पुन्हा लिहिली. मुलांना बालपणीच प्रामाणिकपणाची शिकवण देण्याचं सामर्थ्य हे असं असतं. आपण कधी प्रामाणिक मार्गावरून विचलित झालो, तर मुलंच आपली चूक सुधारतात, हाही याचा फायदा असतो. सदाचरणी संस्कारांतून सचोटीचा उगम होतो.

राजापासून ते सर्वसामान्य माणसांपर्यंत, सर्वांसाठीच प्रामाणिकपणाची जोपासना हा जीवनाधार आहे.

मुलांना एकदा शिकवलं की, ती सद्सद्विवेकबुद्धीला स्मरून वागतात, म्हणजेच 'कॉन्शस कीपर्स' बनतात. तुम्ही एकदा का मुलांच्या मनाला योग्य दिशा द्यायला प्रारंभ केलात की, कुटुंबामध्ये स्वभाववृत्तीची जडणघडण सुरू होते. "मी माझे घरकुल 'प्रामाणिक घरकुल' बनवीन." हे प्रत्येक मुलाचं व प्रत्येक माता-पित्याचं ब्रीदवाक्य असलं पाहिजे.[५]

माझा मुलांशी परस्परसंवाद घडत असतो. अशाच एका प्रसंगी कर्नाटकातील शिमोगा इथून आलेल्या एका विद्यार्थ्यानं मला प्रश्न केला, "आपल्या देशात कर्करोगाप्रमाणे खोलवर पसरलेला भ्रष्टाचार निपटून काढण्यात विद्यार्थी कोणती भूमिका बजावू शकतात?"

या प्रश्नात उमलत्या मनाची प्रचंड व्यथा प्रतिबिंबित झालेली आहे. हा प्रश्न एका उमलत्या वयातील विद्यार्थ्याचा असल्यामुळं माझ्या लेखी तो महत्त्वाचा होता. मी म्हणालो, "आपल्या देशात एक अब्ज लोक आहेत आणि जवळपास वीस कोटी घरं आहेत. सर्वसाधारणपणे चांगले नागरिक प्रत्येक ठिकाणी आहेत. तथापि, आपल्याला जर असं आढळलं की, यातल्या काही दशलक्ष घरांत राहणारी माणसं पारदर्शी व या देशाच्या कायद्यांच्या कक्षेत राहणारी नाहीत, तर आपण असा मार्ग अनुसरू शकतो की - अशा घरांत आईवडिलांखेरीज एक मुलगी किंवा एक मुलगा किंवा मुलगा-मुलगी दोन्हीही असतात. - अशा घरातले मातापिता जर पारदर्शी मार्गावरून विचलित होत असतील, तर त्यांच्या मुलांनी प्रेम व ममता या आयुधांचा वापर करून मातापित्यांना पुन्हा योग्य मार्गावर आणायचं."

मी त्या संमेलनाला हजर असणाऱ्या सर्व मुलांना प्रश्न केला

की, "समजा तुमच्यापैकी काहीजणांचे मातापिता पारदर्शी मार्गावरून विचलित झाले, तर तुम्ही तुमच्या मातापित्यांना 'तुम्ही अयोग्य वागताय' असं धीटपणे सांगाल का?"

त्यावर बहुतेकशा मुलांनी उत्स्फूर्तपणे उत्तर दिलं, "हो, आम्ही सांगू."

या मुलांजवळ प्रेमाचं शस्त्र असतं, त्यामुळं त्यांच्या ठायी हा आत्मविश्वास उत्पन्न होतो. मी इतर अनेक कार्यक्रमांत मातापित्यांनाही हा प्रश्न विचारला आहे. माझ्या प्रश्नावर सुरुवातीला स्तब्धता पसरते, पण नंतर त्यांच्यापैकी बरेच जण काचकूच करत कबूल करतात की, ते त्यांच्या मुलांच्या सूचना मानतील, कारण त्या प्रेमापोटी आलेल्या असतील. ते शपथही घेतात की, "मी भ्रष्टाचारापासून पूर्ण मुक्त असणारे प्रामाणिक आयुष्य जगीन आणि पारदर्शी जीवनमार्गाचं आदर्श उदाहरण घालून देईन."[६]

माता सत्याचे बाळकडू पाजते

सुमारे एक हजार वर्षांपूर्वी अफगाणिस्तानात शेख अब्दुल कादिर अल-गेलानी नावाचे थोर संत होऊन गेले. अब्दुल कादिर यांच्या बालपणीची गोष्ट आहे. एके दिवशी लहानगे अब्दुल कादिर गाई चरायला घेऊन गेले असता, त्यांनी एका गाईचा आवाज ऐकला. ती म्हणत होती, "तू या गायरानांत काय करतोयस? तुला यासाठी जन्म मिळालेला नाही."

हे ऐकताच ते भयभीत होऊन घराकडं धावत सुटले आणि घरी येऊन छपरावर चढून बसले. तिथून त्यांना लोकांचा प्रचंड समुदाय दिसला. ते सर्वजण 'हज' यात्रा करून अराफात पर्वतावरून परत येत होते. गोंधळलेल्या अवस्थेत अब्दुल कादिर आईकडे गेले आणि त्यांनी ज्ञानप्राप्तीसाठी बगदादला

जाण्याची परवानगी मागितली. त्यांच्या आईनं ही दैवी हाक ऐकली आणि तत्क्षणी त्यांना प्रवासाला जाण्याची परवानगी दिली. तिनं त्यांना चाळीस सुवर्णमोहरा दिल्या. ही त्यांची वडिलोपार्जित वाटणी होती. त्यांच्या आईनं त्यांच्या कोटाच्या आतल्या बाजूला, अस्तराला या मोहरा शिवून दिल्या. ती अब्दुल कादिरना निरोप द्यायला दाराबाहेर आली आणि म्हणाली, ''माझ्या बाळा! निघालास तू! मी तुला अल्लासाठी स्वत:पासून दूर केलं आहे. आता 'कयामत'च्या दिनापर्यंत मला तुझा चेहरासुद्धा दिसणार नाही, हे मला माहीत आहे. पण बाळा, तुझ्या आईचा एक सल्ला ध्यानात ठेव, सदैव सत्याची कास धर, सत्य बोल व सत्याचाच प्रसार कर. अगदी जिवाची बाजी लागली, तरीसुद्धा सत्याचा मार्ग सोडू नकोस.''

अत्यंत महत्त्वपूर्ण भूमिका बजावू शकणारे तीन अतिशय महत्त्वाचे सामाजिक घटक म्हणजे माता, पिता व शिक्षक होत.

अब्दुल कादिर एका छोट्या काफिल्यासोबत बगदादच्या दिशेनं निघाले. त्यांचा काफिला वैराण प्रदेशातून वाटचाल करत असताना अचानक घोड्यावरून आलेल्या दरोडेखोरांनी त्यांच्यावर हल्ला चढवला आणि लुटालूट सुरू केली. मात्र त्यातल्या एकाही दरोडेखोराचं अब्दुल कादिर यांच्याकडं लक्ष गेलं नाही. काही वेळानं त्यातला एक दरोडेखोर अब्दुल कादिरकडं वळून म्हणाला, ''ए ऽऽ, भिकारड्या! तुझ्यापाशी काही आहे का?'' त्यावर अब्दुल कादिर उत्तरला, ''माझ्यापाशी चाळीस दिनार आहेत. माझ्या आईनं माझ्या कोटाच्या अस्तरात या मोहरा शिवल्या आहेत.''

हे ऐकताच तो दरोडेखोर हसला. त्याला वाटलं अब्दुल कादिर हे मजेनं सांगतायत. त्यानंतर दुसऱ्या दरोडेखोरानं अब्दुल कादिरला पुन्हा तोच प्रश्न विचारला. त्यावर अब्दुल कादिरनी पुन्हा तेच उत्तर दिलं. या दरोडेखोराचाही त्यावर विश्वास बसला नाही. त्यानंतर त्यांचा म्होरक्या आल्यानंतर या दरोडेखोरांनी अब्दुल कादिरना त्याच्यासमोर नेलं आणि सांगितलं की, ''हा मुलगा दिसतोय तर भिकाऱ्यासारखा, पण त्याच्याजवळ चाळीस सुवर्णमोहरा आहेत असं म्हणतोय. आम्ही प्रत्येक माणसाला लुटलंय, पण आम्ही या मुलाला हात लावला नाहीय, कारण त्याच्याजवळ सुवर्णमोहरा आहेत यावर आमचा विश्वास बसत

नाहीय, हा मुलगा आपल्याला मूर्ख बनवायचा प्रयत्न करतोय.''
त्यानंतर दरोडेखोरांच्या म्होरक्यानं अब्दुल कादिरना पुन्हा तोच प्रश्न विचारला. अब्दुल कादिरनी पुन्हा तेच उत्तर दिलं. त्या म्होरक्यानं त्यांचा कोट काढून खात्री करून घेतली, तर खरंच त्याच्या कोटाच्या अस्तरात शिवलेल्या चाळीस सुवर्णमोहरा सापडल्या.

हे पाहून आश्चर्यचकित झालेल्या म्होरक्यानं अब्दुल कादिरला विचारलं की, "तू हे कसं काय सांगितलंस?''

त्यावर अब्दुल कादिर उत्तरले, "माझ्या आईनं माझ्याकडून वचन घेतलं आहे की, मी सदैव सत्याच्या मार्गावर राहीन, अगदी माझे प्राण पणाला लागले असले, तरी मी सत्याची कास सोडणार नाही. इथं तर फक्त चाळीस दिनारांचा प्रश्न होता. मी आईला वचन दिलं आहे आणि मी तिचा विश्वासघात कधीही करणार नाही. म्हणून मी खरं काय ते सांगितलं.''

हे ऐकताच ते दरोडेखोर रडू लागले आणि अब्दुल कादिरना म्हणाले, "तू तुझ्या थोर आईच्या उपदेशाला चिकटून आहेस, पण आम्ही इतकी वर्षं आमच्या मातापित्यांचा व आम्हाला जन्म देणाऱ्या परमेश्वराचा विश्वासघात करत आलोय. आम्हाला याचा पश्चात्ताप होतोय, आता इथून पुढं तूच आमचा प्रमुख बनायचंस.'' असं म्हणून त्या सर्वांनी चोऱ्या-दरोडे सोडून देऊन सदाचरणी व्यक्ती बनायचं ठरवलं. अशा प्रकारे शेख अब्दुल कादिर अल-गेलानी या महान संतविभूतीचा जन्म झाला. आईनं पाजलेल्या सत्याच्या बाळकडूपासून त्यांच्या वाटचालीचा प्रारंभ झाला होता.[७]

मुलांना एकदा शिकवलं की, ती सद्सद्विवेकबुद्धीला स्मरून वागतात, म्हणजेच 'कॉन्शस कीपर' बनतात.

नैतिक मूल्ये रुजवणे

प्रत्येक लहान मुलाचं त्याच्या जीवनाच्या प्रारंभी प्रेम व ममतापूर्ण भरणपोषण केल्यानंतर, जेव्हा ते शाळकरी वयाचं होतं, तेव्हा त्याला मूल्याधारित शिक्षणाची आवश्यकता असते. लहान मुलाच्या दृष्टीनं वय वर्ष सहा ते सतरा हा काळ शिकण्यासाठी अत्यंत महत्त्वाचा असतो. त्यामुळे मुलांसाठी शाळेतले तास हा शिकण्यासाठी सर्वोत्तम काळ असतो, म्हणूनच त्यांना या काळात

सर्वोत्तम वातावरण आणि मूल्याधारित शिक्षणपद्धतीसह ध्येयकेंद्रित शिक्षण मिळणं आवश्यक असतं.

मी त्रिची येथील सेंट जोसेफ्स कॉलेजमध्ये शिकत होतो, त्या वेळची एक आठवण आहे. रेव्ह. फादर रेक्टर कलाथिल आमचे तास घ्यायचे, ते मला आजही आठवतं. दर सोमवारी ते आम्हाला एक तासभर थोर आध्यात्मिक, धार्मिक व राजकीय नेते, वर्तमान व भूतकाळ, आणि माणसाला 'चांगला माणूस' बनवणारी गुणवैशिष्ट्यं यांबद्दल सांगत असत. या वर्गात ते बुद्ध, कन्फ्युशिअस, सेंट ऑगस्टाईन, खलिफा ओमर, महात्मा गांधी, आईनस्टाईन, अब्राहम लिंकन अशा व्यक्तींबद्दल, काही वैज्ञानिकांबद्दल व्याख्यान देत असत. तसंच आपल्या सांस्कृतिक परंपरेशी निगडीत असलेल्या नीतिकथा सांगत असत. मी त्या वेळी त्यांच्या मूल्यशिक्षणाच्या तासाला जे काही शिकलो, त्याचं संचित आजही माझ्यापाशी नक्कीच आहे.

सद्सद्विवेकबुद्धी हा आत्म्याचा दैवी प्रकाश असतो.

शाळा व महाविद्यालयांनी दर आठवड्याला एक तास संस्थेतील उत्तम शिक्षकाचं भारताच्या सांस्कृतिक परंपरेवर व्याख्यान आयोजित करणं अतिशय आवश्यक आहे. या वर्गाला मूल्यशिक्षणाचा तास म्हणता येईल. अशा उपक्रमामुळे तरुण मुलांचं देशाप्रती, इतर माणसांप्रती प्रेम वृद्धिंगत होईल व त्यांची 'उंची' वाढेल. नैतिक मूल्यांविषयी योग्य प्रकारचं शिक्षण समाजाची व देशाची प्रगती घडवेल.[८]

भेटवस्तू मानवी जीवनाची प्रतिष्ठा नष्ट करतात

रामेश्वरम हे सुंदर बेट आहे. मी लहान असताना माझ्या कुटुंबासमवेत तिथे राहिलो आहे. तो १९४० च्या दरम्यानचा काळ होता. दुसऱ्या महायुद्धाच्या छाया गडद झालेल्या होत्या, त्या वेळी रामेश्वरम पंचायत मंडळाच्या निवडणुका झाल्या. त्यामध्ये माझे वडील सदस्यपदी निवडून आले; आणि त्याच दिवशी त्यांची मंडळाच्या अध्यक्षपदीही निवड झाली. माझ्या वडिलांची अध्यक्षपदी निवड झाली होती ती ते कुठल्या विशिष्ट धर्माचे किंवा विशिष्ट जातीचे होते किंवा ते कुठली विशिष्ट भाषा बोलत असत किंवा त्यांचा आर्थिक स्तर अमुक अमुक होता म्हणून नव्हे, तर

केवळ ते 'चांगला माणूस' होते, या कारणामुळं त्यांची निवड झाली होती. मी त्या वेळी चौथीत शिकत होतो. माझे वडील अध्यक्ष झाले, त्याच दिवशी घडलेला एक प्रसंग मला आजही स्मरतो.

त्या काळी आमच्या घरात वीज नव्हती. मी रॉकेलच्या दिव्याच्या उजेडात अभ्यास करायचो. मी धडे मोठ्यानं वाचत अभ्यास करायचो, त्याप्रमाणे त्याही दिवशी मी मोठ्यानं धडे वाचत असताना दारावर टकटक ऐकली. त्या काळी रामेश्वरममध्ये लोक कधीही दारांना कड्या-कुलुपं लावत नसत. कुणीतरी व्यक्ती आमच्या घराचं दार ढकलून आत आली आणि माझ्या वडिलांची चौकशी करू लागली. मी त्यांना सांगितलं की, "माझे वडील सायंकाळच्या नमाजासाठी गेले आहेत."

सद्सद्विवेकबुद्धी ही एक उत्तम खतावणी असते, ज्यामध्ये आपल्या अपराधांची नोंद असते.

त्यावर तो माणूस म्हणाला, "मी त्यांच्यासाठी काही घेऊन आलोय, ते इथं ठेवू का?"

वडील घरात नसल्यामुळं मी आईला परवानगी विचारण्यासाठी हाक मारली, पण तीसुद्धा नमाजाला गेली असल्यामुळं माझ्या हाकेला प्रतिसाद मिळाला नाही. मग मी त्या माणसाला त्या वस्तू कॉटवर ठेवायला सांगितल्या आणि पुन्हा अभ्यासाला लागलो.

मी मोठ्यानं वाचत एकाग्रतेनं अभ्यास करत असतानाच माझे वडील घरी आले. त्यांनी कॉटवर ठेवलेलं 'तंबलुम' पाहिलं. त्यांनी मला विचारलं, "हे काय आहे? कुणी दिलं?"

मी त्यांना सांगितलं की, "कुणीतरी माणूस आला होता, तो तुमच्यासाठी या वस्तू देऊन गेला आहे."

माझ्या वडिलांनी 'तंबलुम'चं आच्छादन दूर करून पाहिलं, त्यामध्ये एक भारी धोती, अंगवस्त्रम, फळं, मिठाया आणि एक चिठ्ठी होती.

मी शेंडेफळ होतो व वडिलांचं माझ्यावर मनापासून प्रेम होतं, पण त्या दिवशी मी प्रथमच त्यांना इतकं संतापलेलं पाहत होतो. ते इतके संतापले होते की, त्या दिवशी प्रथमच त्यांनी माझ्यावर हात उचलला. मी घाबरून रडू लागलो. तितक्यात माझी आई धावत आली. तिनं मला जवळ घेऊन माझे डोळे

पुसले. मला रडताना पाहून माझ्या वडिलांनी प्रेमभरानं माझ्या खांद्यावर थोपटलं आणि मला सांगितलं की, पुन्हा कधीही माझ्या परवानगीशिवाय कुठलीही भेटवस्तू स्वीकारू नकोस. त्यांनी मला समजावून सांगितलं की, काही उद्देशानं दिली जाणारी भेटवस्तू स्वीकारणं ही आयुष्यातली अत्यंत धोकादायक गोष्ट असते. त्यांनी 'हदिथ' मधलं एक वचन ऐकवलं, त्याचा अर्थ होता, 'भेटवस्तूंसोबत विषारी हेतूही येतात.'

भ्रष्टाचार म्हणजे सद्सद्विवेक-बुद्धीवरचा हिंस्र हल्ला होय.

'मनुस्मृती' सर्व मानवजातीला विशिष्ट उद्देश मनात ठेवून दिलेल्या भेटवस्तूंबद्दल सावध राहायचा इशारा देते, कारण भेटवस्तू स्वीकारणारा माणूस ती भेटवस्तू देणाऱ्या माणसाच्या उपकाराच्या ओझ्याखाली जातो. अखेर तो माणूस भेटवस्तू देणाऱ्या माणसाच्या हितरक्षणासाठी कायद्याची मान्यता नसलेल्या गोष्टी करण्यास प्रवृत्त होईल. त्यामुळे भेटवस्तूंच्या मोहाला बळी न पडण्याचा गुण प्रत्येक माणसाच्या मनावर बिंबवला पाहिजे, ज्यायोगे त्याच्यामध्ये भेटवस्तू स्वीकारण्याच्या इच्छेविरुद्ध प्रतिकारशक्ती निर्माण होऊ शकेल. या संदर्भात असंही म्हटलं जातं की, भेटवस्तू स्वीकारल्या की, माणसातील दैवी प्रकाशाचा अस्त होतो.[१]

तुमच्या सद्सद्विवेकबुद्धीची मशागत करा

सद्सद्विवेकबुद्धी हा आपल्या आत्म्याचा दैवी प्रकाश, आपल्या मानसिक हृदयाच्या गाभाऱ्यात तेवत असतो. तोही जीवनाइतकाच खराखुरा असतो. प्रामाणिकपणाशी फारकत घेणारा एखादा विचार मनात डोकावतो किंवा कृती घडते, त्या वेळी हा प्रकाश त्याविरोधात आवाज उठवतो.

या जीवनात स्वत: जिंकण्यापेक्षा महत्त्वाचे आहे ते इतरांना जिंकण्यासाठी साहाय्य करणे.

सद्सद्विवेकबुद्धी हे सत्याचंच एक रूप आहे, जे आपली स्वतःची कृत्यं व आपल्याला असणारी भल्याबुऱ्याची जाणीव यांच्या ज्ञान स्वरूपात आपल्या अणुरेणूंतून वाहत असते.

सद्सद्विवेकबुद्धी ही एक उत्तम खतावणीसुद्धा असते, ज्यामध्ये आपल्या अपराधांची नोंद असते. ती भयंकर साक्षीदार असते. ती घाबरवते, आश्वासन देते, पाठ थोपटते व शिक्षाही फर्मावते. सगळं काही तिच्या ताब्यात ठेवते. सद्सद्विवेकबुद्धीनं एकदा

टोचणी दिली, तर ती गंभीर ताकीद असते, पण दुसऱ्यांदा तशी वेळ आली, तर तो धिक्कार असतो.

भेकडपणा विचारतो, "ते सुरक्षित आहे का?"

हावरेपणा विचारतो, "त्यामध्ये काही लाभ होण्यासारखं आहे का?"

गर्विष्ठता विचारते, "मी महान होऊ शकते का?"

तीव्र वासना विचारते, "त्यामध्ये काही सुख आहे का?"

पण सद्सद्विवेकबुद्धी विचारते, "ते योग्य आहे का?"

आपण आपल्या सद्सद्विवेकबुद्धीच्या आवाजाकडे दुर्लक्ष का करतो? तिच्या टोचणीच्या संवेदना बधीर झाल्यासारखे का वागतो? तिच्या टीकेकडे दुर्लक्ष का करतो?

याचं उत्तर आहे भ्रष्टाचार.

भ्रष्टाचार म्हणजे सद्सद्विवेकबुद्धीवरचा हिंस्र हल्ला होय. लाच घेण्याची व कृपाप्रसाद मिळवण्याची सवय अगदी सर्रास बनली आहे. महत्त्वाची पदे भूषविणाऱ्या व्यक्तींनी त्यांच्या सद्सद्विवेकबुद्धीप्रती बेफिकीर वृत्ती जोपासली आहे. असे लोक सगळं काही आलबेल असल्याची बतावणी करत असतात. पण त्यांना क्रिया व प्रतिक्रिया यांचा नियम ठाऊक नाही का? नेणीवेच्या पातळीवरील मन व त्याची शक्ती कशी कार्यरत असते, त्याचा या लोकांना विसर पडला आहे का? समजा तुम्ही लाच स्वीकारलीत, तर तुमच्या नेणीवेच्या पातळीवर तुमचे विचार व कृती यांची नोंद होईल. मग तुम्ही पुढच्या पिढ्यांत हाच अप्रामाणिकपणा पुढे नेणार आणि त्या पिढ्यांना प्रचंड नुकसान सोसायला लावणार का?

भ्रष्टाचार आपल्या जीवनाच्या सर्व पैलूंवर – वैयक्तिक त्याचबरोबर सामाजिक – परिणाम घडवणारा जीवनमार्ग बनला आहे, हे वेदनादायी वास्तव आहे. भ्रष्टाचार हा केवळ आर्थिक स्वरूपाचाच नव्हे, तर इतर रूपांतही पाहायला मिळतोय. उच्च पदे भूषविणाऱ्या व सत्ता सांभाळणाऱ्या लोकांच्या अनैतिक मार्गांनी इतर मर्त्य मानवांच्या मनातील अपराधी जाणीव पुसून टाकली आहे. केवढी भयंकर परिस्थिती आहे ही!

सद्वर्तनी माणूस सद्सद्विवेकबुद्धी या साधनाचा वापर एकट्यानं

करू शकतो. तो एकट्यानंच आत्म्याच्या आतला आवाज स्पष्ट ऐकू शकतो. दुष्ट माणसामधला हा विभागच मृत झालेला असतो. त्याच्या सद्सद्विवेकबुद्धीची संवेदनशीलता पाप अथवा भ्रष्टाचार यामुळे नष्ट झालेली असते. त्यामुळे तो चूक काय, बरोबर काय याचा निवाडा करूच शकत नाही. जे लोक एखाद्या संस्थेचं, उद्योगाचं, संघटनेचं व सरकारचं नेतृत्व करत आहेत, त्यांनी आपल्या सद्सद्विवेकबुद्धीचा वापर करण्याची सूज्ञता अंगी बाणवली, तर त्यांना सर्व प्रकारच्या चिंता व काळज्यांपासून मुक्ती लाभेल.

तुम्ही अयोग्य कृती व पापकृत्यं केलीत आणि आज ती अगदी सहजपणे घेतलीत, तर उद्या गंभीर गुन्हे करतानाही तुम्ही जराही कचरणार नाही. तुम्ही तुमच्या अंतरंगात एखाद्या पापाला प्रवेश देऊन, त्याला तिथं मुक्काम ठोकू दिलात की, तुम्ही हजारो पापांच्या प्रवेशाचा मार्ग सहज खुला करत असता. मग तुमची सद्सद्विवेकबुद्धी बोथट बनेल, तिची संवेदनशीलता हरवेल, आणि दुष्टकृत्यं करण्याची सवय विंचवाच्या विषासारखी सर्वांगात भिनेल.

जेव्हा तुम्ही भ्रष्टाचारी असता, त्या वेळी तुमच्या भ्रष्टाचाराची फळं चाखणारी तुमचीच मुलं तुमच्याकडे उपहासानं बघत असतात, हे तुम्हाला कळतंय का? त्यांना सगळं कळत असतं, सगळं माहीत असतं. तुमच्या मुलांच्या तिरस्कारापासून बचाव करण्यासाठी तुमचा पालकत्वाचा मुखवटा फारच पातळ ठरतो. अशा वेळी तुमच्याच मुलांच्या मनात तुमची आदर्शवत प्रतिमा राहत नाही. ही अवस्था पुरेशी लाजिरवाणी नाही का?

आज आपल्या समाजात महत्त्वाची पदं सांभाळणाऱ्या लोकांपुढं भ्रष्टाचाराचं आव्हान उभं आहे, जसं एड्सच्या रुग्णाच्या बाबतीत, एचआयव्हीचं त्याच्या शरीराच्या प्रतिकारशक्तीपुढे आव्हान असतं तसं!

भ्रष्टाचार आपल्या रक्ताच्या थेंबाथेंबात झिरपला आहे. आपण एक संस्कृती म्हणून स्वत:ला वाचवू शकणार आहोत का? आध्यात्मिक नेत्यांनी सदाचरणाची नीतितत्त्वं, नियम व शिकवण घालून दिली आहे. सदाचरणावर अनेक सुंदर गीतं, काव्यं,

प्रार्थना रचल्या आहेत, पण भ्रष्टाचारामुळे सद्सद्विवेकबुद्धी जागृत करण्यासाठी धर्म प्रभावशाली ठरलेले नाहीत. मग हे काम कोण करेल? आपली सद्सद्विवेकबुद्धी पुन्हा परत मिळवता येईल?[१०]

उदात्त विचार

एकदा मी एका व्याख्यानासाठी बेंगलोरला निघालो असताना, एका मित्राशी बोललो. त्याला विचारलं की, मी तिथं किशोरवयीन मुलांशी वार्तालाप करणार आहे, तेव्हा तुझ्या या संदर्भात काही सूचना आहेत का? या मित्रानं मला सूचना म्हणावी असं काहीही सांगितलं नाही, पण त्यानं मला शहाणपणाचे बोल ऐकवले :

जेव्हा तुम्ही बोलाल, तेव्हा सत्यच बोला,
आपण कबूल केलेली गोष्ट पूर्ण करा;
विश्वासाला पात्र राहा.
बेकायदेशीर व वाईट गोष्टी करण्यापासून स्वत:ला रोखा.
कोणती कृती सर्वोत्तम?
मनुष्य प्राण्याच्या हृदयाला सुखावणारी,
भुकेल्याच्या तोंडी घास देणारी,
पीडितांना साहाय्य करणारी,
दु:खितांचा दु:खभार हलका करणारी
आणि
अन्यायपीडितांच्या वेदना दूर करणारी.
परमेश्वरानं निर्माण केलेले सर्व प्राणीमात्र
ही त्याचीच लेकरं आहेत;
आणि जो कुणी त्याच्या लेकरांचं
सर्वाधिक भलं करण्याचा प्रयत्न करतो,
तो परमेश्वराला सर्वांत प्रिय असतो.

सदैव अधिकाधिक उंची गाठण्याचा प्रयत्न करा. मग तो तुमचा एकमात्र विचार का असेना.

माझ्या मित्रानं सांगितलं की, ही प्रेषित महंमदांची सुवचनं आहेत.

हा माझा मित्र म्हणजे तामिळनाडूच्या 'दीक्षिदारां'चा पणतू आणि

तो ‘ग्यानपथिगल’ म्हणजेच वेदशास्त्री आहे. अशा प्रकारचा दृष्टिकोन फक्त आपल्या देशातच आढळणं शक्य आहे, ज्या ठिकाणी आपले अनेक सुजाण नागरिक आपापल्या धर्मांच्या सीमांपलीकडे जाऊन इतर धर्मांचाही आदर करतात.[११]

२२०० वर्षांपूर्वी संतकवी तिरुवल्लूवर यांनी ‘तिरक्कुरल’-मध्ये फार सुंदर काव्यपंक्ती अथवा ‘कुरल’ लिहिल्या आहेत.

उल्लुवथेल्लम उयारवुल्लल मात्रातू
तल्लिनम तेल्लामै निस्तू

याचा अर्थ आहे : सदैव अधिकाधिक उंची गाठण्याचा प्रयत्न करा. मग तो तुमचा एकमात्र विचार का असेना. एखाद्या वेळी तुमचं उद्दिष्ट साध्य होणार नाही, पण केवळ त्या विचारानं तुमची उंची वाढवलेली असेल.[१२]

उदात्त कृती

हैद्राबादच्या ‘नॅशनल इन्स्टिटय़ूट फॉर द मेन्टली हॅन्डिकॅप्ड’ या संस्थेनं मानसिक व शारीरिकदृष्ट्या अपंग मुलांसाठी आयोजित केलेल्या एका क्रीडासंमेलनामध्ये मी एक अविस्मरणीय प्रसंग अनुभवला. त्यातील एका स्पर्धेत नऊ स्पर्धक सहभागी झाले होते. ते सर्व जण शारीरिकदृष्ट्या किंवा मानसिकदृष्ट्या अपंग होते. १०० मीटर धावण्याच्या स्पर्धेसाठी हे सर्व जण आरंभ रेषेपाशी उभे होते. स्पर्धेला सुरुवात करण्याचा इशारा मिळताच त्या सर्वांनी धावायला प्रारंभ केला, पण अतिवेगानं सणकत नव्हे, तर ही स्पर्धा पूर्ण करून जिंकायचं आहे अशा भावनेनं, अगदी आनंदात! तितक्यात एक चिमुरडा स्पर्धक त्या मार्गावर अडखळून पडला, गडगडत गेला व त्यामुळे रडू लागला. इतर आठही स्पर्धकांनी त्या मुलाचं रडणं ऐकलं. त्यांनी धावण्याचा वेग कमी करून मागे वळून पाहिलं आणि त्यानंतर ते सर्वजण मागे वळले, सगळेच्या सगळे जण मागे फिरले. ‘डाऊन्स सिन्ड्रोम’ असणाऱ्या एका स्पर्धक मुलीनं वाकून त्या चिमुरड्याचा पापा घेतला आणि म्हणाली, “आता तू एकदम बरा होशील.” त्यानंतर या सर्वच्या सर्व नऊ स्पर्धकांनी हातात हात घालून

एका मेणबत्तीनं दुसरी मेणबत्ती प्रज्वलित केली, तर त्यात त्या पहिल्या मेणबत्तीचं काहीच नुकसान होत नाही.

चालायला प्रारंभ केला, ते अंतिम रेषेपर्यंत! क्रीडासंकुलात उपस्थित असणाऱ्या प्रत्येकानं उठून उभं राहून टाळ्यांचा गजर केला. पुढे कितीतरी वेळ हा टाळ्यांचा गजर घुमतच होता.

या प्रसंगाचे प्रत्यक्ष साक्षीदार असणारे लोक अजूनही ही कथा सांगतात. का बरं? कारण आत खोलवर कुठंतरी आपल्याला एका गोष्टीची जाणीव आहे. ती म्हणजे, या जीवनात स्वत: जिंकण्यापेक्षा इतरांना जिंकायला मदत करणं अधिक महत्त्वाचं आहे, जरी त्यामुळे आपली गती मंदावली किंवा आपल्याला मार्ग बदलावा लागला तरी. मी म्हणेन की, तुमची गती मंदावायचं कारण नाही. उलट खडतर क्षेत्रात इतरांना साहाय्य केलंत, तर त्याच्या प्रतिसादादाखल मिळणाऱ्या बाबी तुमची गती अधिक वाढवतील. तुम्ही हा मंत्र इतरांना देत राहिलात, तर कदाचित आपण आपल्याप्रमाणेच इतर कुणाचंतरी मन बदलण्यात यशस्वी होऊ. एका मेणबत्तीनं दुसरी मेणबत्ती प्रज्वलित केली, तर त्यात त्या पहिल्या मेणबत्तीचं काहीच नुकसान होत नाही.[१३]

सदाचरणी मार्ग

माणसाच्या मनातील प्रामाणिक भाव त्याला सुजाण नागरिकाचं परिपूर्ण आयुष्य बहाल करतो. मानवी जीवनातील चढउतारांच्या टप्प्यांच्या संदर्भात ही गोष्ट चिनी तत्त्ववेत्ते कन्फ्यूशिअस यांनी फार सुंदर शब्दांत व्यक्त केली आहे. ते म्हणतात,

"ज्या लोकांना जगात निर्मळ नैतिक सलोखा हवा आहे, त्यांनी सर्वप्रथम घडी नीट बसवली पाहिजे; ज्यांना त्यांच्या राष्ट्रीय जीवनाची घडी नीट बसवायची आहे, त्यांनी सर्वप्रथम त्यांच्या गृहजीवनाची घडी नीट बसवली पाहिजे. ज्यांना त्यांच्या गृहजीवनाची घडी नीट बसवायची आहे, त्यांनी सर्वप्रथम त्यांचे वैयक्तिक जीवन सुसंस्कृत बनवले पाहिजे; ज्यांना त्यांचे वैयक्तिक जीवन सुसंस्कृत बनवायचे आहे व मनाला सदाचरणी मार्गावर न्यायचे आहे, त्यांनी सर्वप्रथम त्यांची इच्छाशक्ती तळमळीची बनवली पाहिजे; ज्यांना त्यांची इच्छाशक्ती तळमळीची बनवायची आहे, त्यांनी सर्वप्रथम आकलनाच्या टप्प्याप्रत यायला पाहिजे; आणि

हे आकलन विविध बाबींच्या ज्ञानशोधातून होतं. विविध बाबींचं ज्ञान मिळवलं की, आकलन घडतं; आकलन घडलं की, इच्छाशक्ती तळमळीची बनते; इच्छाशक्ती तळमळीची बनली की मनात प्रामाणिक भाव जागतात; मनात प्रामाणिक भाव जागले की वैयक्तिक जीवन सुसंस्कृत बनतं. वैयक्तिक जीवन सुसंस्कृत बनलं की, गृहजीवनाची घडी नीट बसते आणि मग राष्ट्रीय जीवनाची घडी नीट बसते; राष्ट्रीय जीवनाची घडी नीट बसली की, जगात शांती स्थापन होते. राजापासून ते सर्वसामान्य माणसापर्यंत सर्वांसाठीच प्रामाणिकपणाची जोपासना हा जीवनाधार आहे.''[१४]

आपले प्रामाणिक परिश्रम हाच
आपला मार्गदर्शक दीप आहे,
आपण जर कठोर मेहनत केली,
तर आपल्या सर्वांचीच भरभराट होईल.
थोर विचारांची जोपासना करा,
कृतीसाठी सज्ज व्हा.
प्रामाणिक पद्धतीच आपल्या मार्गदर्शक बनतील. [१५]

विज्ञान आणि अध्यात्म

विज्ञान हे परमेश्वराने मानवाला बहाल केलेले सर्वोत्तम वरदान आहे. तर्काधारित विज्ञान समाजाचे भांडवल बनते. विज्ञान, तंत्रज्ञान व अध्यात्म यांच्या मिलाफातून या दोन्हींचेही भविष्य घडणार आहे.[१]

विज्ञान आणि अध्यात्म

विज्ञान हे सर्वोत्तम वरदान आहे

असं म्हटलं जातं की, परमेश्वराला सर्वोत्तम निर्मिती करायची होती. त्यासाठी तो लक्षावधी वर्षं काम करत होता, निरनिराळ्या रचना बनवून प्रतिमा तयार करत होता. तो ती प्रतिमा पारखत होता, त्यात सुधारणा करत होता आणि अखेर... त्यानं त्यात जीव ओतायचं ठरवलं. माणसाच्या प्रतिमेत जीव ओतल्याबरोबर दोन गोष्टी घडल्या. पहिली - त्यानं डोळे उघडून स्मित केलं. परमेश्वराला खूप आनंद झाला. दुसरी गोष्ट म्हणजे – त्यानं तोंड उघडलं आणि तो म्हणाला, "परमेश्वरा, आभारी आहे." परमेश्वर आपली निर्मिती पाहून हर्षभरित झाला आणि आपण दोन योग्य गोष्टी केल्या असं त्याला वाटलं.

अचानक परमेश्वराला वाटलं की, या माणसामध्ये काहीतरी उणीव आहे. मग त्यानं निमिषार्धात अग्नी निर्माण केला, त्यातून सैतान प्रकटला.

सैतान म्हणाला, "देवा, तुला माणूस निर्माण करायला लक्षावधी वर्षं लागली, पण तू मला अग्नीतून निमिषार्धात निर्माण केलंस,

म्हणजे मीच सर्वोत्तम!''

कक्षेत भ्रमण करणाऱ्या ग्रह व ताऱ्यांना सामावून घेणाऱ्या, भ्रमण करणाऱ्या शक्तिशाली आकाशगंगा असणारं विश्व निर्माण करणारा परमेश्वर सैतानाच्या या भावनोद्रेकानं गोंधळून गेला. त्यानं त्याची सर्वोत्तम निर्मिती घडवली होती. एका बाजूला माणूस, तर दुसऱ्या बाजूला सैतान. परमेश्वरानं विचार केला, दोघांकडंही प्रेमभरानं पाहिलं आणि दोघांना एकजीव केलं, त्यानंतर परमेश्वरानं सांगितलं,

''मी मेंदू असलेला व विचार करण्याचं सामर्थ्य असलेला मनुष्यप्राणी निर्माण केला आहे. मी माझ्या सर्व निर्मितीला आदेश देतो की, तुम्ही मी बनवलेल्या प्रतिमेप्रत पोहोचण्यासाठी या सामर्थ्याचा उपयोग तर्कशुद्ध प्रक्रियेनं करा.''

तुर्की सुफी कवी रुमी म्हणतात,

देवदूत मुक्त असतो तो त्याच्या ज्ञानामुळे,
पशू मुक्त असतो तो त्याच्या अज्ञानामुळे,
या दोघांदरम्यान संघर्षासाठी उरतो तो मानव.

हे मानवी जीवनाचं प्रमुख ध्येय आहे आणि विज्ञान हे परमेश्वरानं मनुष्यजातीला दिलेलं सर्वोत्तम वरदान आहे. तर्कशुद्ध विज्ञान समाजाचं भांडवल बनतं आपण कोणत्याही क्षेत्रात -म्हणजे विज्ञान, तंत्रज्ञान, औषधशास्त्र, राजकारण, धोरण बनवणं, धर्मशास्त्र, धर्मविषयक अथवा न्यायविषयक अशा कोणत्याही क्षेत्रात - काम करत असलो, तरी आपण सामान्य माणसाच्या सेवेत सादर असलं पाहिजे. सामान्य माणसाचं कल्याण हा मुद्दा सर्व मानवी ज्ञान व प्रयत्न यांच्या केंद्रस्थानी असला पाहिजे.[२]

विज्ञान व अध्यात्म या दोन्हीही बाबी जनकल्याणासाठी सारखाच दैवी आशीर्वाद मागत असतात.

विज्ञान सर्वव्यापी आहे

विज्ञान म्हणजे जिज्ञासेतून प्रश्न विचारणं आणि कठोर परिश्रमानं, निसर्गाच्या नियमांच्या संशोधनाद्वारे योग्य उत्तरं मिळवणं होय. तुम्हाला समाधानकारक उत्तरं मिळेपर्यंत प्रश्न विचारत राहा. फक्त अशा जिज्ञासू वृत्तीच्या लोकांनीच हे जग राहण्यायोग्य ठिकाण बनवलं आहे.[३]

विज्ञान हा आकर्षक विषय आहे आणि शास्त्रज्ञाच्या दृष्टीनं तर ते जीवनभराचं प्रमुख ध्येयच असतं. विज्ञान विषयात तज्ज्ञता प्राप्त करण्यासाठी गणिताची समज आवश्यक असते. विज्ञानाला गणिताची जोड मिळाली की ते संयुग झळाळून उठतं. सिद्धांताला प्रत्यक्ष प्रयोगाची जोड मिळणं आवश्यक असतं.

विज्ञान अधिक चांगल्या भौतिक जीवनाचा मार्ग दाखवते, तर अध्यात्म सदाचारी जीवनाचा मार्ग दाखवते.

विद्यार्थ्यांच्या औत्सुक्याला चालना देणारे, व्यावहारिकदृष्ट्या निगडित व अभ्यास करायला आवडण्याजोगे शास्त्रीय प्रश्न असतील, तर विद्यार्थी विज्ञानाकडे आकर्षित होतात. शिक्षकांनी ज्ञानजगतातील आदर्श बनलं पाहिजे व ते दैनंदिन जीवनातील स्पर्धेत टिकून राहण्यायोग्य असले पाहिजेत. वर नमूद केलेल्या सर्व घटकांचा समावेश असलेली शिक्षणपद्धती निर्माण करणं हे सर्वस्वी शिक्षक व शिक्षणतज्ज्ञ यांच्याच हातात आहे. या वैज्ञानिक प्रश्नांची उत्तरं सार्वत्रिक असतात, ती तुम्ही कोणत्या देशात राहता यावर अवलंबून नसतात. कारण विज्ञान व वैज्ञानिक संशोधनाला सीमांत नसतो.[४]

माहिती-तंत्रज्ञानातील प्रगतीमुळे जग आकुंचन पावलं आहे व जग हे एक वैश्विक खेडं बनलं आहे. यामध्ये गुंतागुंतीचे खरे जागतिक प्रश्न सोडवण्यासाठी शास्त्रज्ञांचे 'नेटवर्किंग' आवश्यक आहे. प्राचीन काळी विज्ञान व तत्त्वज्ञान या क्षेत्रांत ज्ञानसंपादन व संशोधन यासाठी भारत या स्थानाला पसंती दिली जात असे. पण गेल्या काही दशकांत भारतातील वैज्ञानिक चळवळ पूर्वेकडून पश्चिमेकडे गेली आहे. उशिरा का होईना, पण विकसित देशांतील शास्त्रज्ञांच्या भारतभेटीची प्रथा पुन्हा पाहायला मिळू लागली आहे. हे घडण्याचं कारण आहे, भारतीय शास्त्रज्ञांच्या कुवतीला मिळालेली मान्यता आणि आधुनिक सामग्री, पद्धती व ज्ञान यांच्या मिलाफातून आपण निर्माण केलेल्या काही सोयीसुविधा.[५]

स्वातंत्र्यपूर्व भारतातील विज्ञान

भारतामध्ये विज्ञान व तंत्रज्ञानाची प्रगती दोन टप्प्यांत झाली आहे. पहिल्या टप्प्यात, १९३० च्या दशकात आंतरराष्ट्रीय ख्यातीप्राप्त थोर वैज्ञानिकांनी देशाला नवा आत्मविश्वास दिला. त्यांनी या क्षेत्राला चालना दिली. आपण काही अग्रणी वैज्ञानिकांचं

या क्षेत्रातील योगदान आजही स्मरतो. उदा. चंद्रशेखर सुब्रह्मण्यम यांचं 'चंद्रशेखर लिमिट' व 'ब्लॅक होल'. सर सी.व्ही. रामन यांचा 'रामन परिणामा'चा शोध, श्रीनिवास रामानुजन यांचं अंकशास्त्र सिद्धांतासंदर्भातील योगदान, जे.सी. बोस यांचं सूक्ष्मतरंग (microwaves) विषयातील कार्य, 'बोस-आईनस्टाईन स्टॅटिस्टिक्स' साठी सुप्रसिद्ध असणारे एस.एन. बोस आणि 'थर्मो-आईनायजेशन समीकरणा'साठी मेघनाद साहा. हा टप्पा भारतीय विज्ञानातील वैभवशाली टप्पा मानता येईल. या वैज्ञानिकांनी घातलेल्या वैज्ञानिक पायामुळे पुढील पिढ्यांना चालना मिळाली.

या सर्व वैज्ञानिकांमधलं एक विलक्षण साधर्म्य म्हणजे या सर्वांनी त्यांचं जीवन शास्त्रीय संशोधनासाठी अर्पण केलं होतं. जीवनातील सर्व अडथळे व समस्या यांची तमा न बाळगता ते त्यांनी निवडलेल्या क्षेत्रात सदैव शोधक वृत्तीनं कार्यरत राहिले. हा मुद्दा आहे समर्पित वृत्ती, बांधिलकी व आकलनशक्तीचा. त्याचबरोबर विज्ञानातील संशोधनासाठी पोषक वातावरण देण्याचाही मुद्दा लक्षात घेतला पाहिजे. या बाबीच खऱ्याखुऱ्या शास्त्रज्ञाला जन्म देतात.[६]

आपण कोणत्याही क्षेत्रात काम करत असलो, तरी आपण सामान्य माणसाच्या सेवेत सादर असले पाहिजे. सामान्य माणसाचे कल्याण हा मुद्दा सर्व मानवी ज्ञान व प्रयत्न यांच्या केंद्रस्थानी असला पाहिजे.

आजच्या युगात विज्ञानाचे महत्त्व

आपल्याला स्वातंत्र्य मिळालं त्या दरम्यान आपला देश विविध समस्यांनी ग्रासलेला होता. पोलाद, वास्तूरचना, धरणे व औष्णिक विद्युत केंद्रांमध्ये तंत्रज्ञानाचा प्रवेश होण्याची अत्यंत निकड होती. आपलं सर्व लक्ष सर्व जनतेला अन्न, पाणी, निवारा व आरोग्यसुविधा पुरविण्यावर एकवटलेलं होतं. त्या वेळी आपली अर्थव्यवस्था अत्यंत कमकुवत असतानाही, त्या काळच्या द्रष्ट्या राजकीय व्यक्तींनी एक सूज्ञ निर्णय घेण्याची अदम्य जिद्द दर्शविली. हा निर्णयच आपल्या देशाचा वैज्ञानिक पाया ठरला. त्यांनी अणुशक्ती व अवकाश या क्षेत्रांतील संशोधनासाठी केंद्रं उभारण्याचं ठरवलं. त्याचबरोबर आपल्या देशानं विज्ञान व तंत्रज्ञानाचा अपूर्व मिलाफ असणाऱ्या 'इंडियन इन्स्टिट्यूटस् ऑफ टेक्नॉलॉजी' व इतर अनेक विद्यापीठांच्या उभारणीद्वारे

विज्ञान म्हणजे जिज्ञासेतून प्रश्न विचारणे आणि कठोर परिश्रमाने, निसर्गाच्या नियमांच्या संशोधनाद्वारे योग्य उत्तरे मिळवणे होय.

शक्तिशाली शैक्षणिक पाया रचला.

आज भारत वैज्ञानिक मनुष्यबळ क्षमता व परिपक्वता या संदर्भात जगातील सर्वांत बलशाली देशांच्या रांगेत जाऊन बसला आहे. आज आपल्यात इतरांकडून उसनं घ्यावं लागणारं तंत्रज्ञान ग्रहण करण्याची क्षमता आहेच, पण आपणही आपलं स्वतःचं, एतद्देशीय तंत्रज्ञान निर्माण करण्यास सक्षम आहोत. औषधउद्योगासारख्या कित्येक क्षेत्रांत आपण जगाला अशी उत्पादनं देत आहोत की, ज्यासाठी संशोधन व विकासाचं प्रचंड पाठबळ आवश्यक असतं.

स्वातंत्र्यप्राप्तीनंतर आजवर आपण बराच दीर्घ टप्पा ओलांडला आहे. तेव्हा आपण केवळ तंत्रज्ञान ग्राहक होतो. आता आपण आपल्या देशाच्या विकासात व सामाजिक परिवर्तनात विज्ञान व तंत्रज्ञानाचे महत्त्वपूर्ण योगदान घडवले आहे. आज जगात एखाद्या देशाचे सामर्थ्य जागतिक ज्ञानातील त्याच्या हिश्श्यावरून ठरवले जाते, म्हणजेच 'पेटंटस्' व संशोधन प्रबंध यांवर ठरते. अशा वेळी भारताने सतत नवे उपक्रम घडवण्याबरोबरच विज्ञान व तंत्रज्ञानाधारित महत्त्वपूर्ण उत्पादने निर्माण करणे महत्त्वाचे आहे. आज आपण ज्या विज्ञान क्षेत्रात कार्य करत आहोत, त्यामध्ये नवउपक्रमशीलता व दूरदृष्टी असली पाहिजे आणि भविष्यात स्पर्धात्मक जगात आपण तंत्रज्ञान केंद्र बनण्याचे भव्य स्वप्न पाहिले पाहिजे.[७]

विज्ञान व तंत्रज्ञान यांचा दुवा

तंत्रज्ञानाला विविध आयाम आहेत. त्यांपैकी एक आर्थिक समृद्धीच्या दिशेनं नेतो, तर दुसरा राष्ट्रीय सुरक्षेसाठी क्षमता निर्माण करतो. उदाहरणार्थ, केमिकल इंजिनिअरिंगमधील प्रगतीनं खतं निर्माण केली, त्याचबरोबर रासायनिक अस्त्रंही निर्माण केली. त्याचप्रमाणे, रॉकेट तंत्रज्ञानाचा विकास झाला तो वातावरणाच्या संशोधनासाठी, पण त्याबरोबरच या तंत्रज्ञानानं दूरसंवेदी व दूरसंचार उपग्रहांचं प्रक्षेपणही घडवलं, आणि सुरक्षेच्या विशिष्ट गरजा लक्षात घेऊन, देशाला सुरक्षा देणाऱ्या क्षेपणास्त्रांचा विकासही घडवला. संगणक विज्ञान व गणित यांना संपर्क तंत्रज्ञानाची (communication technology) जोड मिळताच माहिती तंत्रज्ञानाचा जन्म झाला. हेच माहिती-तंत्रज्ञान वापरात आणल्यामुळे प्रशासनाची विविध क्षेत्रं, व्यापार, आरोग्य व शिक्षण या क्षेत्रांत परिवर्तन घडून 'ई-गव्हर्नन्स', 'ई-कॉमर्स', टेलि-मेडिसिन, टेलिएज्युकेशन उदयाला आले आहेत.[८]

तंत्रज्ञान हे मानवाला उपलब्ध असणारे एक बहुआयामी साधन आहे, जे आर्थिक स्पर्धात्मकतेच्या सर्वसाधारण नियमांत मूलभूत परिवर्तन घडवू शकते. विज्ञान प्रत्यक्ष वापराने तंत्रज्ञानाशी जोडले गेले आहे. तंत्रज्ञान उत्पादनाच्या माध्यमातून अर्थव्यवस्थेशी व पर्यावरणाशी जोडले गेले आहे. तंत्रज्ञानाशी जोडली गेलेली अर्थव्यवस्था व पर्यावरण समाजामध्ये समृद्धी निर्माण होण्यास चालना देते.[९]

महत्त्वपूर्ण तंत्रज्ञानांतील आत्मनिर्भरता

आपल्या देशासाठी पाहिलेलं पहिलं भव्यदिव्य स्वप्न म्हणजे राजकीय स्वातंत्र्य. हे स्वप्न साकारण्यासाठी आपल्या नेत्यांनी व जनतेनं परिश्रम घेतले व आपण हे स्वप्न साध्य केलं. आता आपल्यासमोर दुसरं भव्यदिव्य स्वप्न साकारण्याचं काम आहे, ते म्हणजे 'डेव्हलप्ड इंडिया बाय २०२०'.. २०२० सालापर्यंत भारताला विकसित देश बनवण्याचं स्वप्न. या स्वप्नामध्ये पाच घटकांचा समावेश आहे. कृषी व अन्न प्रक्रिया, शिक्षण व आरोग्य सुविधा, माहिती व संपर्क तंत्रज्ञान, ऊर्जाक्षेत्रासह पायाभूत संरचना विकास आणि महत्त्वपूर्ण तंत्रज्ञानांत आत्मनिर्भरता. भारताला सर्वसाधारण आर्थिक समृद्धी व महत्त्वपूर्ण तंत्रज्ञानांत आत्मनिर्भरता लाभली, तरच भारत विकसित देश बनू शकेल. त्यामुळे राष्ट्रीय भविष्य-स्वप्न व ध्येयं तंत्रज्ञान विकास व वैज्ञानिक कर्तबगारी यांनी जोडली गेली असणं अत्यंत आवश्यक आहे.

तंत्रज्ञान व अध्यात्मातून आत्मनिर्भरता

१८९३ सालची गोष्ट आहे. एक जहाज जपानहून अमेरिकेला निघालं होतं. त्या जहाजात शेकडो प्रवासी होते. त्यामध्ये भारतातील दोन महत्त्वाच्या व्यक्तीही होत्या. स्वामी विवेकानंद

विज्ञान व विज्ञानाचा पाठपुरावा या बाबी अमर्याद आहेत.

व जमशेटजी नौशेखानजी टाटा. जमशेटजी अटलांटिक महासागर पार करून निघाले होते, कारण त्यांना भारतात पोलाद प्रकल्प उभारायचा होता, त्यासाठी त्यांना तिथून पोलाद उत्पादन तंत्रज्ञान आणायचं होतं. यापूर्वी जमशेटजींनी याच उद्देशानं इंग्लंडवारी केली होती, पण ब्रिटिश उत्पादकांनी त्यांना हे तंत्रज्ञान देण्यास नकार दिला होता आणि जमशेटजींची खिल्ली उडवत ते म्हणाले होते, की भारतीय लोकांनी पोलाद बनवलं, तर ब्रिटिश ते खाऊन टाकतील!

स्वामी विवेकानंदांनी जमशेटजींना अमेरिकावारीचं प्रयोजन विचारलं. तेव्हा जमशेटजींनी त्यांना सांगितलं की, मला भारतात पोलाद उद्योग उभारायचा आहे. स्वामी विवेकानंदांनी त्यांना आशीर्वाद दिला आणि ते म्हणाले की, पोलाद तंत्रज्ञानात दोन घटकांचा समावेश आहे. पहिला पोलादशास्त्र व दुसरा उत्पादन तंत्रज्ञान. तुम्ही या देशात फक्त धातू तंत्रज्ञान आणू शकता, पण तुम्हाला धातूशास्त्राचा विकास इथं आपल्या देशातच करावा लागेल. या संभाषणानं जमशेटजींच्या मनातील स्वप्नाला धुमारे फुटले.

जमशेटजी पोलाद तंत्रज्ञान अमेरिकेतून भारतात आणण्यात यशस्वी झाले आणि जमेशदपूरमध्ये 'टाटा आयर्न अॅण्ड स्टील कंपनी'(TISCO) स्थापन झाली. त्यानंतर काही वर्षांनी १८९८ साली जमशेटजींनी स्वामी विवेकानंदांना पत्र लिहिलं :

२३ नोव्हेंबर, १८९८

प्रिय स्वामी विवेकानंद,

माझी खात्री आहे की, जपान ते शिकागो या जलप्रवासातील तुमचा सहप्रवासी म्हणून मी तुमच्या स्मरणात असेन. तुमचे भारतातील संन्यस्तवृत्तीच्या विकासाबद्दलचे विचार आजही माझ्या स्मरणात आहेत. संन्यस्त वृत्तीनं जगताना ऊर्जेचा विनाश न करता तिला उपयुक्त क्षेत्रांकडे वळवणं हे माणसाचं कर्तव्य आहे असं आपण म्हटलं होतं.

मला तुमचे हे विचार माझ्या विज्ञान संशोधन संस्थेच्या योजनेच्या संदर्भात आठवतात. तुम्ही माझ्या या योजनेबद्दल नक्कीच ऐकलं वा वाचलं असेल. मला वाटतं की, संन्यस्त वृत्तीच्या

लोकांसाठी मठ अथवा निवासी परिसर निर्माण केले पाहिजेत; ज्या ठिकाणी हे लोक सामान्य जीवन जगतील आणि नैसर्गिक व मानवी अशा दोन्ही क्षेत्रांतील विज्ञानाच्या विकासासाठी जीवन समर्पित करतील. माझ्या मते संन्यस्त वृत्तीचा यापेक्षा चांगला उपयोग नसेल. एखाद्या सक्षम नेत्यानं अशा प्रकारच्या संन्यस्त वृत्तीच्या समर्थनार्थ अभियान छेडलं, तर त्याचे आपल्या देशाची प्रतिष्ठा वाढण्यास आणि सर्वसंगपरित्याग, विज्ञान या क्षेत्रांना साहाय्य होईल. आणि या अभियानासाठी विवेकानंद हेच सर्वांत सुयोग्य नाव असेल अशी माझी खात्री आहे. तुम्ही या संदर्भात आपल्या परंपरांत असे जीवनमूल्य निर्माण करण्याच्या कार्यात सहभागी होण्याचा विचार करत आहात का?
तुम्ही या संदर्भात एखाद्या ओजस्वी माहिती-पत्रिकेद्वारे आपल्या लोकांमध्ये जागृती निर्माण केली असतीत, तर बरं झालं असतं. मी त्याच्या प्रकाशनाचा सर्व खर्च आनंदानं करीन.

जमशेटजी एन. टाटा

स्वामी विवेकानंदांचे आशीर्वाद लाभलेल्या जमशेटजींसारख्या दूरदर्शी व्यक्तीमुळे १९०९ साली 'भारतीय विज्ञान संस्था' (इंडियन इन्स्टिट्यूट ऑफ सायन्स) स्थापन होऊ शकली. 'भारतीय विज्ञान संस्था' - भौतिकशास्त्र, 'एअरोस्पेस' तंत्रज्ञान, ज्ञानाधारित उत्पादने, जैवविज्ञान व जैवतंत्रज्ञान अशासारख्या क्षेत्रांतली जागतिक स्तरावरील संस्था - दोन महान व्यक्तींच्या दूरदृष्टीतून जन्माला आली.[१०]

आज आपण ज्या विज्ञान क्षेत्रात कार्य करत आहोत, त्यामध्ये नवउपक्रमशीलता व दूरदृष्टी असली पाहिजे आणि भविष्यात स्पर्धात्मक जगात आपण तंत्रज्ञान केंद्र बनण्याचे भव्य स्वप्न पाहिले पाहिजे.

धर्म विज्ञानाला पाठिंबा देतो

बहुतांश भारतीय - मग ते अनुभवी व वृद्ध असोत वा ऊर्जासंपन्न व मध्यमवयीन असोत की तरुण व निरागस असोत- धर्माकडे शांती व सुरक्षेचं साधन म्हणून बघतात. धर्म रमणीय उद्यानांसारखे असतात, सौंदर्य व शांती नांदणारे स्थान असतात... एखाद्या पवित्र वाटिकेसारखे, जिथे सुंदर पक्ष्यांच्या मधुर कूजनाचे स्वर भरून राहिलेले असतात. मला खरोखर असं वाटतं, की धर्म मनोहर उद्यानांसारखे असतात. ती मनाला मोहून टाकणारी बेटं

असतात, मन आणि आत्मा यांना सत्याची प्रचिती देणारे जणू वाळवंटातली हिरवळ असतात, तरीसुद्धा ती बेटं असतात. संपूर्ण विश्वात त्यांचा सुगंध पसरावा अशा रीतीने आपल्याला त्यांचा गोफ कसा विणता येईल? आपण या सर्व बेटांना प्रेम व दयेच्या धाग्यांनी एकत्र गुंफून त्यांची 'माला' तयार करू शकलो, तर आपण समृद्ध भारत व समृद्ध जग साकार करू शकू. मला चार दशकांपूर्वीचा एक प्रसंग आवर्जून सांगावासा वाटतो. विज्ञान व धर्म यांचा संयोग झाला, तर त्यातून धर्माचं आध्यात्मिक सामर्थ्यात कसं परिवर्तन घडतं ते या प्रसंगातून ठळकपणे अधोरेखित होतं.

धर्म मनाला मोहून टाकणारी बेटे असतात, मन आणि आत्मा यांना सत्याची प्रचिती देणारे जणू वाळवंटातली हिरवळ असतात.

भारताच्या अवकाश संशोधन कार्यक्रमाचे दूरदर्शी जनक प्रो. विक्रम साराभाई व डॉ. होमी भाभा विषुववृत्तीय प्रदेशात अवकाश संशोधन केंद्र स्थापन करण्यासाठी योग्य जागेच्या शोधात होते. त्यासाठी या दोन महान शास्त्रज्ञांनी अनेक ठिकाणी भेटी दिल्या आणि अखेर केरळमधील थुम्बा हे ठिकाण निवडलं. कारण हे ठिकाण विषुववृत्तीय प्रदेशाजवळ आहे आणि हे ठिकाण त्यांच्या आवश्यकतेनुरूप होतं.

प्रो. विक्रम साराभाईंनी थुम्बाला भेट दिली, त्या वेळी त्यांच्या लक्षात आलं की, त्या भागातल्या बऱ्याच खेड्यापाड्यांत दाट लोकवस्ती आहे आणि हजारो मच्छिमार त्या भागात व आसपासच्या परिसरात राहत आहेत. तिथंच पाल्लिथुरा इथे सेंट मेरी मॅग्डालेन चर्च आणि बिशप महोदयांचं निवासस्थानही होतं. प्रो. विक्रम साराभाई थुम्बा येथे अवकाश विज्ञान संशोधन केंद्र स्थापन करण्यास परवानगी मिळावी यासाठी अनेक राजकारण्यांना व नोकरशहांना भेटले, परंतु त्यांना या कामी यश लाभलं नाही. मग त्यांना त्रिवेंद्रमचे बिशप परमपूज्य रेव्हट. रेव्ह. डॉ. पीटर बर्नार्ड परेरा यांना या संदर्भात भेटावं असं सुचवण्यात आलं. शनिवारचा दिवस होता. त्या दिवशी प्रो. विक्रम साराभाई बिशपना भेटायला गेले. बिशपनी स्मित केलं आणि त्यांना दुसऱ्या दिवशी चर्चमध्ये येण्यास सांगितलं. दुसऱ्या दिवशी रविवारी चर्चमध्ये प्रात:प्रार्थना होती. त्या वेळी बिशपनी उपस्थित भाविकांना सांगितलं,

"माझ्या लेकरांनो, आज इथं आपल्यासमवेत एक सुप्रसिद्ध शास्त्रज्ञ आले आहेत. त्यांना आपलं चर्च आणि मी राहतो ते निवासस्थान अवकाश संशोधन कार्यासाठी हवं आहे. प्रिय मुलांनो, विज्ञान तर्कनिष्ठपणे सत्याचा शोध घेतं. एका अर्थानं, विज्ञान व अध्यात्म या दोन्हीही गोष्टींना जनकल्याण करण्यासाठीच परमेश्वराचे आशीर्वाद हवे असतात. माझ्या लेकरांनो, आपण परमेश्वराचं हे घर वैज्ञानिक कार्यासाठी द्यायचं का?"

त्यावर उपस्थित लोकांमधून "आमेन" चा गजर झाला आणि संपूर्ण चर्चमध्ये त्याचे प्रतिध्वनी घुमले, आणि त्रिवेंद्रमचे बिशप

परमपूज्य रेक्ट. रेव्ह. डॉ. पीटर बर्नार्ड परेरा यांनी पाल्लिथुरा, थुम्बा या ठिकाणी भारतीय अवकाश संशोधन संस्था (इंडियन स्पेस रिसर्च ऑर्गनायझेशन) स्थापन करण्याच्या राष्ट्रीय उद्दिष्टासाठी या चर्चचा उपयोग करून देण्याचा महान निर्णय घेतला.

"आम्ही याच चर्चमध्ये आमचं 'डिझाईन सेंटर' उभारलं, तिथंच 'रॉकेट असेम्ब्ली'ला प्रारंभ केला. तिथंच एफआरपी उत्पादनासाठी फिलामेंट वाईंडिंग मशीनचं रचना आरेखन केलं. बिशप महोदयांचं

निवासस्थान शास्त्रज्ञांचं निवासस्थान बनलं. पुढं 'थुम्बा इक्वेटोरियल रॉकेट लाँचिंग स्टेशन' मुळेच 'विक्रम साराभाई स्पेस सेंटर' व देशभरातील अनेक अवकाश केंद्रांची मुहूर्तमेढ रोवली गेली. मी जेव्हा जेव्हा या प्रसंगाचा विचार करतो, तेव्हा ज्ञानसंपन्न आध्यात्मिक व वैज्ञानिक नेते मानवी जीवनाप्रती किती आदर बाळगतात ते जाणवतं. नवं चर्च व नव्या शाळा विक्रमी कालावधीत उभ्या राहिल्या. अर्थातच, 'टीईआरएलएस' व त्यानंतर 'व्हीएसएससी'च्या उभारणीनं आपला देश जागतिक दर्जाच्या भव्य रॉकेट सिस्टिम्सचं डिझाईन, विकास व निर्मिती करण्यात सक्षम बनला. त्याचबरोबर जिओ-सिंक्रोनस, सन-सिंक्रोनस व मीटरॉलॉजी स्पेसक्राफ्ट, दळणवळण उपग्रह, रिमोट-सेन्सिग उपग्रहांच्या 'लाँचिंग'ची क्षमताही निर्माण झाली; ज्यायोगे जलद संपर्क, हवामान अंदाज व पाण्याचे स्रोत शोधण्याची क्षमता लाभली. आज प्रो. विक्रम साराभाई व रेव्ह. डॉ. पीटर बर्नार्ड परेरा आपल्यात नाहीत. पण ते भगवद्‌गीतेत वर्णिलेल्या फुलाप्रमाणे आहेत.

"ते फूल पाहा, किती औदार्यानं सुगंध व मधुरस देत असतं. ते या गोष्टी सर्वांनाच देतं, ते आपलं प्रेम सर्वांनाच मुक्त हस्ते देतं. जेव्हा त्याचे कार्य पूर्ण होतं, तेव्हा ते शांतपणे गळून पडतं. फुलासारखं होण्याचा प्रयत्न करा. इतके सगळे गुण असूनही निराभिमानी... नम्र."[११]

जर आपण सर्व धर्मांची बेटे प्रेम व दयेच्या धाग्यांनी एकत्र गुंफून त्यांची 'माला' तयार करू शकलो, तर आपण समृद्ध भारत साकार करू शकू.

११ मे, १९९८ रोजी एकापाठोपाठ एक पाच अणुस्फोट झाले. भारतीय शास्त्रज्ञांच्या दृष्टीनं ही एक मोठी घटना होती. मी तप्त वालुकामय टेकडीवर उभा होतो. भिंतीवरचा नकाशा थरथरावा तशी पृथ्वी थरथरली. माझ्या मनात आलं, भारत कितीही भव्य परिमाणात ऊर्जा निर्माण करू शकेल, पण त्याच वेळी हे तंत्रज्ञान चांगल्या लोकांच्या हाती राहण्याचं महत्त्वही स्मरलं. सुदैवाची गोष्ट म्हणजे, आपल्या आण्विक तत्त्वज्ञानाची मध्यवर्ती संकल्पना आहे – 'आपल्याकडून पहिले पाऊल उचलायचे नाही.' हे तत्त्वज्ञान आपल्या देशाच्या सांस्कृतिक

परंपरेतून जन्माला आलं आहे व त्याला अहिंसा धर्माच्या शस्त्राने भारताला स्वातंत्र्य मिळवून देणाऱ्या महान राष्ट्रपित्याची प्रेरणा लाभली आहे.[१२]

विज्ञान व अध्यात्म यांचा संबंध

विद्यार्थ्यांच्या एका चर्चासत्रात, एका विद्यार्थ्यानं विचारलं, "युद्धाच्या तयारीचं 'शांतीसाठी बचाव' असं समर्थन कसं करता येईल?"
यावर मी उत्तर दिलं, "गेल्या ३००० वर्षांत भारतावर अनेक देशांनी आक्रमणं केली. भारतावर अलेक्झांडरनं आक्रमण केलं, त्यानंतर मुघलांनी, मग फ्रेंच, डच आणि पोर्तुगिजांनी त्यांच्या वसाहती उभारल्या, आणि अखेर ब्रिटननं भारतावर राज्य केलं. आता आपण स्वतंत्र आहोत. आता आपल्याला प्रगतीसाठी शांती हवी आहे. जेव्हा इतर देशांकडे आण्विक शस्त्रं आहेत, तेव्हा भारत हातावर हात ठेवून गप्प बसू शकत नाही. एक सामर्थ्यवान दुसऱ्या सामर्थ्यवानाचा आदर करतो. आपण आपल्या संरक्षण क्षेत्रात जे काही केलं आहे, ते फक्त आपल्या स्वातंत्र्यरक्षणासाठी केलं आहे. भारतानं भूतकाळात कधीही कुठल्याही देशावर आक्रमण केलेलं नाही, ना तो भविष्यात करेल. आपल्या आण्विक धोरणाचं 'आपल्याकडून पहिले पाऊल उचलायचे नाही' हे स्वच्छ, स्पष्ट तत्त्व आहे. याचाच अर्थ असा की, देशाचं संरक्षण हेच आपलं पहिलं ध्येय आहे."[१३]
एका मुलीला 'राष्ट्रपती डॉ. कलाम' व 'मिसाईल मॅन डॉ. कलाम' यांच्यातील फरक जाणून घ्यायचा होता. मी तिच्या प्रश्नाला उत्तर देताना सांगितलं की, "मिसाईल मॅनच्या दृष्टीनं देशाला सामर्थ्य व सुरक्षा बहाल करणं महत्त्वाचं होतं, तर राष्ट्रपतींच्या दृष्टीने या देशातील एक अब्ज जनतेच्या चेहऱ्यावर सुहास्य असणं महत्त्वाचं आहे."
आणखी एका विद्यार्थ्याचा प्रश्न होता की, विज्ञान व अध्यात्म यांमध्ये काय फरक आहे? मी त्याला हा फरक समजवताना सांगितलं की, विज्ञान अधिक चांगल्या ऐहिक जीवनासाठी मार्ग निर्माण करून देतं, तर अध्यात्म प्रार्थनेसारख्या माध्यमातून
(पान नं. ११८ वर पहा.)

सुजाण आध्यात्मिक व वैज्ञानिक नेते मानवी जीवनाप्रती अपार आदर बाळगतात.

आध्यात्मिक उद्यान

सर्व धर्मांतील पवित्र वनौषधी असणाऱ्या 'स्पिरिच्युअल गार्डन'चं म्हणजेच आध्यात्मिक उद्यानाचं २६ जून, २००४ रोजी राष्ट्रपती भवनात उद्‌घाटन झालं. सुमारे पाऊण एकर जागेत फुललेल्या या उद्यानात जगातील विविध धर्मांत वंदनीय मानली गेलेली अनेक झाडं आहेत.

झाडांचं मानवी जीवनात रोगनिवारक म्हणून असणारं महत्त्व दाखवून देणं हा या उद्यानाच्या निर्मितीमागचा उद्देश आहे.

यांतील बरीच झाडं त्यांच्या रोगनिवारक व ताकद प्रदान करण्याच्या शक्तीबद्दल प्रसिद्ध आहेत. हे उद्यान लोकांना निसर्गाशी व विविध समाजांशी सूर मिळविण्याची संधी ठरेल. आपल्या निसर्गाशी असणाऱ्या स्वाभाविक नात्याची- जे प्रत्येक धर्माचं मध्यवर्ती सूत्र आहे - आपल्याला पुन्हा जाणीव करून देणं हा या उद्यानाच्या उभारणीमागचा उद्देश आहे.

या उद्यानात ३१ झाडं आहेत – तेतू, अर्जुन, चम्पा, मुचकुंद, डिल, ऑलिव्ह, द्राक्ष, ओक, केळी, मेंदी, आले, पिलू, रक्तचंदन, हरसिंगार, छोकर, बेल, हळद, अश्वगंधा, सहिंजन, खजूर, डाळिंब, चमेली, झेंडू, चंदन, चुका, महाळुंग, मर्टल, पुदिना, अशोक, आवळा आणि शाल. [१६]

सदाचरणी जीवनाचा मार्ग शोधतं. विज्ञान व अध्यात्म या दोन्हींच्या मिलाफातून सुजाण नागरिक घडतो.[१४]

विज्ञान व अध्यात्म यांत तर्कशुद्धता महत्त्वाची असते. आध्यात्मिक अनुभूती हे अत्यंत धार्मिक माणसाचं ध्येय असतं, तर एखादा महत्त्वपूर्ण शोध किंवा संशोधन हे वैज्ञानिकाचं ध्येय असतं. जर हे दोन्हीही पैलू एकत्र आले, तर मग आपण अशा वैचारिक शिखरावर पोहोचू, जेथे उद्देश व कृती एकरूप होतात.[१५]

उद्याचे नागरिक

२०२० सालापर्यंत विकसित देश बनण्यासाठी भारताची भिस्त फक्त तरुणांवरच आहे.[१]

उद्याचे नागरिक

आपली सर्वांत मोठी संपदा

भारत सन २०२० पर्यंत विकसित देश बनण्याच्या मोहिमेसाठी सज्ज झाला आहे. हे परिवर्तन साध्य करण्याचा प्रमुख स्रोत म्हणजे या देशातील पंचवीस वर्षांखालील वयोगटातील ५४ कोटी तरुण.[२]

बालके व तरुण देशाचे भविष्यचित्र असतात. ते आपली 'उद्याची आशा' असतात. भारतातील तरुणाई हा आपल्या समाजाचा प्रचंड मोठा, उत्साहाने सळसळता आणि हिकमती घटक आहे. त्यांच्यामध्ये अधिकाधिक उंची गाठण्याची जाज्वल्य आकांक्षा आहे. त्यांच्या ऊर्जेला योग्य दिशा दिली, तर ते इतकी गती प्राप्त करतील की, त्यायोगे देश विकासमार्गावर वेगाने दौडेल. आपण या प्रचंड मोठ्या व मौल्यवान मानवी भांडवलाची काळजीपूर्वक जोपासना केली पाहिजे. त्यासाठी आपण आपल्या नियोजन व विकास प्रक्रियेत हा मुद्दा केंद्रस्थानी ठेवला पाहिजे. विकास प्रक्रियेत तरुणांच्या गरजा, हक्क व अपेक्षा यांकडे लक्ष पुरवण्याला आपले प्राधान्य असले पाहिजे.[३]

मुले ही आपली सर्वांत मोठी संपदा आहे. आपल्या देशात

जन्माला येणाऱ्या प्रत्येक मुलाला फुलण्याची संधी मिळाली पाहिजे. ज्या मुलांना घरच्या मायेचे संगोपन लाभण्याचे भाग्य नशिबी नसते, त्या मुलांनाही जास्त सोयी-सुविधा पुरवणे विशेष महत्त्वाचे आहे. या महान सेवेत प्रत्येक नागरिकाने व सरकारी संस्थांनी वाटा उचलला पाहिजे, कारण यामुळेच सुजाण नागरिक घडणार आहेत. ही आपल्या राष्ट्रीय विकासात मोठी जमेची बाजू ठरेल.[४]

विकास प्रक्रियेत तरुणांच्या गरजा, हक्क व अपेक्षा यांकडे लक्ष पुरवण्याला आपले प्राधान्य असले पाहिजे.

माझा भारतातील व इतर देशांतील मुलांशी संवाद होतो, त्यावरून माझ्या लक्षात आलं आहे की, सर्व तरुणाईच्या इच्छा-आकांक्षा सारख्याच आहेत; म्हणजे सर्वांनाच शांततापूर्ण, समृद्ध व सुरक्षित देशात जीवन जगायचं आहे. हे सर्व जण आव्हानात्मक कार्ये, उत्तम आदर्श (Role Models) व त्यांना मार्गदर्शन ठरेल अशा नेतृत्त्वाच्या शोधात आहेत.

तरुणांचं ज्ञान, उत्साह व कठोर परिश्रम यांचं संयुग ही देशाचा चेहरामोहरा पालटणारी, धगधगती चैतन्यज्वाला असते.[५]

शिक्षण हा प्रत्येक मुलाचा अधिकार आहे

शिक्षण हा देशाचा विकास व समृद्धी यांतील सर्वांत महत्त्वाचा घटक असतो. अद्याप आपल्याकडे ३५ कोटी लोकांना साक्षर करण्याची गरज आहे. आपल्या समाजाच्या कमजोर वर्गातली मुलं कुपोषणग्रस्त आहेत. त्यांच्यापैकी अवघ्या काही टक्के मुलांना आठ वर्षं समाधानकारक शिक्षण मिळतं. आपण खास करून त्यांचा विचार करण्याची आवश्यकता आहे. शिक्षण मिळणं हा प्रत्येक भारतीय मुलाचा नक्कीच अधिकार आहे. लक्षावधी मुलांना जीवनभरासाठी दारिद्र्याच्या गर्तेत सक्तीनं ढकलणारी ही परिस्थिती आपण अशीच राहू द्यायची का?

यातील महत्त्वाचा मुद्दा म्हणजे शैक्षणिक साधनस्रोतांची असमान उपलब्धता होय. स्वातंत्र्यप्राप्तीनंतर जवळपास सहा दशकांनंतरही ही परिस्थिती कायम आहे. उदाहरणार्थ, मी आपल्याकडच्या खेड्यांमध्ये तीन प्रकारची कुटुंबं पाहिली आहेत. पहिल्या प्रकारातील सुदैवी लोक त्यांच्या आर्थिक सुस्थितीमुळे, कोणत्याही परिस्थितीत मुलांना शिक्षण देण्याचे महत्त्व जाणतात, सर्व खडतर टप्प्यांवर

नागरिकांचा जाहीरनामा

आपण सर्वांनी मुलांचं महत्त्व ओळखलं पाहिजे व त्यासाठी सर्व नागरिकांनी शपथ घेतली पाहिजे.

* मुलं आमची मौल्यवान संपत्ती आहे.
* आम्ही शिक्षण व विकासाचे अधिकार यांमध्ये मुलगा व मुलगी यांना समान महत्त्व देऊ.
* आम्ही स्वास्थ्य व समृद्धीसाठी कुटुंब लहान ठेवू.
* मिळकतीसाठी कठोर परिश्रम करावे लागतात. आम्ही ही मिळकत जुगार व मद्य यांवर उधळणार नाही.
* शिक्षणातून ज्ञान मिळतं व ज्ञानामुळे विद्यार्थ्याला यश मिळतं. हे शिक्षणाचं महत्त्व आम्ही आमच्या मुलांना सांगितलं पाहिजे.
* आपण सर्वांनी मिळून आपल्या जंगलसंपत्तीचं रक्षण केलं पाहिजे व प्रदूषण रोखलं पाहिजे.
* आम्ही किमान पाच झाडं/रोपं लावू.
* आम्ही आमच्या मुलांसाठी 'रोल मॉडेल्स' म्हणजेच आदर्श बनू.[६]

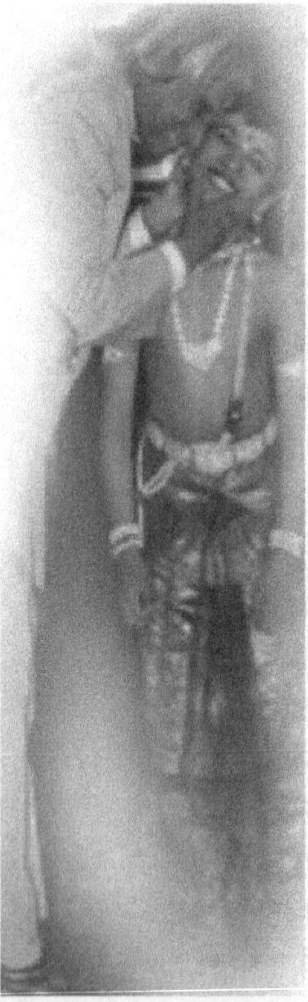

त्यांना मार्गदर्शन करतात. दुसऱ्या प्रकारातील कुटुंबांना शिक्षणाचं महत्त्व समजत असतं, पण त्यांना वेळेत संधींची माहिती मिळत नाही किंवा आपल्या मुलांसाठी या संधी जाणून घेण्याचे मार्ग, कार्यपद्धती यांची त्यांना माहिती नसते. आर्थिकदृष्ट्या कमजोर कुटुंबं तिसऱ्या प्रकारात मोडतात. त्यांना शिक्षणाचं महत्त्वच ठाऊक नसतं, त्यामुळं पिढ्यान्‌पिढ्या त्यांची मुलं दुर्लक्षित राहतात व दारिद्र्यात जगत राहतात. आपण या लोकांना यासंबंधी जाणीव करून देण्याची व समाजाच्या सर्वच थरांत, विशेषतः ग्रामीण भागांत व शहरी भागांतील गरिबीत जीवन कंठणाऱ्या लोकांत, शिक्षणाबद्दल व्यापक जागृती निर्माण करण्याची गरज आहे.

कदाचित सध्याची शिक्षणपद्धती विद्यार्थ्यांवर कामाचं जास्त ओझं लादेलही, पण तिनं विद्यार्थ्यांना स्वप्न पाहण्यापासून रोखू नये.

एका अहवालात असं दिसून आलं आहे की, ३९% मुलं पाचवीनंतर शाळा सोडतात, तर ५५% मुलं आठवीनंतर शाळा सोडतात. या परिस्थितीबाबत उपाययोजना होण्याची गरज आहे. विशेषतः ८६ वं घटनादुरुस्ती विधेयक –पाच ते चौदा या वयोगटातील मुलांसाठी शैक्षणिक अधिकार या संदर्भातील – विचारार्थ असताना याबाबत ठोस उपाय व्हायला हवा. पण कोणताही कायदा करून हे उद्दिष्ट साध्य करता येणार नाही. तर यामध्ये ज्या लोकांना डोळ्यासमोर ठेवले आहे, त्यांच्याशी सुसंगत ठरेल अशा पद्धतीनं शिक्षण दिलं, तरच हे उद्दिष्ट साध्य होऊ शकेल.[७]

स्वप्न-विचार-कृती

'विकसित भारत' हे स्वप्न साकार करण्याच्या मोहिमेचं आव्हान तरुणांच्या महत्त्वपूर्ण, एकत्रित व एकाग्र प्रयत्नांना आवाहन करत आहे. एखादा देश महान बनतो, तो त्या देशातील लोकांच्या विचारपद्धतीमुळे. विशेषतः भारतातील तरुण वर्गानं भव्य-दिव्य ध्येय ठेवलं पाहिजे. किरकोळ ध्येय ठेवणं हा गुन्हा आहे.

कदाचित सध्याची शिक्षणपद्धती विद्यार्थ्यांवर कामाचं जास्त ओझं लादेलही, पण तिनं विद्यार्थ्यांना स्वप्न पाहण्यापासून रोखू नये. ही शिक्षणपद्धती विद्यार्थ्यांना ज्ञानसंपादनासाठी कठोर परिश्रम

मला 'स्वप्न-विचार-कृती' हे तत्त्वज्ञान प्रत्येक विद्यार्थ्याच्या मनावर बिंबवायचे आहे.

करण्यापासून रोखत नाही. कठोर परिश्रम व निश्चयी दीर्घ प्रयत्न हे सदैव तुमची साथ देणारे सुंदर देवदूत असतात.

आपल्या अंतरिक्ष कार्यक्रमाचे दूरदर्शी प्रमुख प्रो. विक्रम साराभाई यांनी असं भव्यदिव्य स्वप्न डोळ्यांसमोर ठेवलं होतं की, भारताला स्वत:चे दूरसंचार उपग्रह, दूर-संवेदी उपग्रह यांची रचना-आरेखन व विकास करता आला पाहिजे आणि भारतातील नैसर्गिक साधनस्रोत शोधण्यासाठी या उपग्रहांचे प्रक्षेपण भारतीय भूमीवरून ध्रुवीय कक्षांमध्ये झाले पाहिजे. आज त्यांचं हे भव्यदिव्य स्वप्न सत्यात उतरलं आहे. आज आपला देश कोणत्याही प्रकारची अवकाश यंत्रणा तयार करण्यास सक्षम आहे.

स्वप्न पहा, स्वप्न पहा, स्वप्न पहा
तुमची स्वप्ने विचारांत परिवर्तित होतील,
विचारांतून कृती घडेल,
आणि तुम्ही यशस्वी व्हाल.[८]

भारतातील तरुण वर्गाने भव्य-दिव्य ध्येय ठेवले पाहिजे, किरकोळ ध्येय ठेवणे हा गुन्हा आहे.

सर्व मुलांना स्वत:साठी स्वप्न पाहायला प्रोत्साहन द्या. मुलांच्या मनी कुठलं स्वप्नच नसेल, तर त्यांना ते साकार करण्याची प्रेरणाही लाभणार नाही. हळूहळू तुमच्या ध्यानात येईल की, योग्य प्रयत्नांच्या साथीनं स्वप्न विचारांत परिवर्तित होतील आणि प्रयत्न व मेहनतीच्या साथीनं हे विचार कृतीत परिवर्तित होऊ शकतात. आपली कृतीशी बांधिलकी असेल, तरच यश लाभू शकतं. मला 'स्वप्न-विचार-कृती' हे तत्त्वज्ञान प्रत्येक विद्यार्थ्याच्या मनावर बिंबवायचं आहे.[९]

ताऱ्यांपर्यंत पोहोचता न येण्यात शरम वाटण्याजोगं काही नाही, पण ताऱ्यांपर्यंत पोहोचण्याचं स्वप्नच नसणं ही शरमेची बाब आहे.[१०]

ज्ञान-मेहनत-निश्चयी दीर्घ प्रयत्न

आपण केवळ विचार करून व प्रश्न विचारून भागत नाही, तर समस्या सोडवण्यासाठी कृती करण्याची गरज असते आणि त्यासाठी कठोर परिश्रम व निश्चयी दीर्घ प्रयत्नांची आवश्यकता असते.

राष्ट्रपतीपदावर असताना व पूर्वी शास्त्रज्ञ म्हणून काम करत असताना, आयुष्यानं मला तीन गोष्टींचं महत्त्व शिकवलं, त्या गोष्टी म्हणजे : ज्ञान, मेहनत व निश्चयी दीर्घ प्रयत्न.[११]

आपल्या देशाचे भविष्य उज्ज्वल आहे. आपण सर्वांनी, विशेषत: मुलांनी – जे उद्याचे नेते असतील – कठोर परिश्रम केले पाहिजेत. 'विकसित भारत' हे स्वप्न काही आपोआप साकार होणार नाही की, कुणी आपल्याला भेटीदाखल ही स्वप्नपूर्ती करून देणार नाही. आपण ठरवलेले ध्येय साध्य करण्यासाठी आपणच कठोर परिश्रम घेतले पाहिजेत. आपली मेहनत व कष्ट यांच्याच बळावर भारत विकसित देशांच्या पंक्तीत अभिमानाने सामील होण्याइतका सक्षम होईल. २०२० सालापर्यंत विकसित देश बनण्यासाठी भारताची भिस्त फक्त तरुणांवर आहे.[१२]

विद्यार्थ्यांची भूमिका

'विकसित भारत' हे केवळ भविष्याचे स्वप्न नाही. हे स्वप्न साकार झाल्यानंतर सर्वांत मोठा फायदा होणार आहे तो तरुणांचाच. त्यामुळे या स्वप्नपूर्तीच्या प्राथमिक टप्प्यांवर तुम्ही त्यामध्ये योगदान देऊन, तुमच्या शैक्षणिक व कौटुंबिक परिघाच्या मर्यादेत तुमच्या सर्वोत्तम क्षमतांनिशी त्याला आकार देणे महत्त्वाचे आहे. तुमचे शिक्षण पूर्ण झाल्यानंतर तुमच्या नोकरीचे भवितव्य हा तुमच्या वयोगटातील मुले व त्यांचे मातापिता यांच्या दृष्टीने सर्वांत मोठा चिंतेचा विषय असतो. तुमच्या अभ्यासाच्या विषयांतील किरकोळ बदलांची चिंता करत न बसता, तुम्ही हाती घेतलेल्या विषयामध्ये उत्कृष्ट कार्य केलेत, तर तुम्हाला चांगल्या संधी व उज्ज्वल भवितव्य नक्कीच लाभेल. सीमांतापलीकडे कुठल्या सीमा नसतात. रोजगाराच्या संधी अनेक असतात, पण जेव्हा एखादी व्यक्ती अतिशय चोखंदळपणा करते व फक्त सरकारी नोकरीसाठीच अडून बसते, त्या वेळी मात्र प्रचंड कुचंबणा होते. तुम्ही उद्योजकता, डिझाईन, उद्योग, नवनव्या साहसी कल्पनांसह कृषी क्षेत्रात थेट सहभाग, माहिती-तंत्रज्ञान उत्पादन निर्मिती इ. क्षेत्रांत काही विचार मांडू शकत असाल, तर तुमच्यासमोर अमर्याद संधी आहेत. तरुण पिढीसाठी सर्वांत महत्त्वाची गोष्ट

ताऱ्यांपर्यंत पोहोचता न येण्यात शरम वाटण्याजोगे काही नाही, पण ताऱ्यांपर्यंत पोहोचण्याचे स्वप्नच नसणे ही शरमेची बाब आहे.

म्हणजे ज्ञान व शारीरिक सहयोग या आयुधांच्या मदतीने सर्व क्षेत्रात योगदान देण्याची मनाची तयारी करणे.

विकसित देशाची एक महत्त्वपूर्ण खूण म्हणजे त्या देशातील साक्षरता स्तर होय. एक अब्ज लोकसंख्येच्या देशाला साक्षर करणं हे काही लहान-सहान काम नाही. त्यासाठी तरुणांपासून सर्वांचा सहभाग असणं आवश्यक आहे. तुमच्यापैकी अनेकांना दर्जेदार शिक्षण मिळवण्यासाठी चांगल्या शाळेत जाण्याचं भाग्य लाभलं आहे. पण तुमचे अनेक बंधू-भगिनी - विशेषत: खेड्यातले- इतके सुदैवी नाहीत.

विकसित देशाचे सुचिन्ह म्हणजे त्या देशातील, 'ज्यांच्याजवळ आहे' असे लोक, 'ज्यांच्याजवळ नाही' असे लोक व आपण यांच्यामध्ये असणारी दरी सांधण्यासाठी, म्हणजेच श्रीमंत-गरीब ही तफावत दूर करण्यासाठी परिश्रम करतात. हे करण्याचा एक मार्ग म्हणजे तुमच्या शाळेने जवळचे एखादे खेडे दत्तक घ्यायचे. तुमच्यापैकी प्रत्येक जण सुट्टीमध्ये त्या खेड्यात जाऊ शकेल व किमान दोन माणसांची निरक्षरता दूर करून त्यांच्यामध्ये ज्ञानदीप उजळवू शकेल.[१३]

याखेरीज मुलं शाळेच्या परिसरात अथवा त्यांच्या घरी किमान दहा झाडं लावू शकतात. मग आजपासून काही वर्षांनंतर आपल्यापैकी प्रत्येकाला अशा शांत, प्रसन्न वातावरणात काम करता येईल की, जिथं सर्जनशील विचार व कृती यांना अंकुर फुटतील.

विद्यार्थी वयोवृद्ध, आजारी माणसांची शुश्रूषा करू शकतात, ज्यांच्यासमोर वेगळीच आव्हानं आहेत अशा लोकांशी मैत्री करू शकतात. असं उमदं वर्तन विकासात्मक घडामोडींसाठी पोषक व सुरेल वातावरण निर्माण करतं. तुम्ही जे काही काम करत असाल, ते पूर्ण करण्यासाठी शंभर टक्के तळमळीचे परिश्रम करा. शिस्त, हट्ट, दृढ निश्चय व समर्पित वृत्ती यांमुळे यश लाभतं. तिरुवल्लुवर यांच्या एका 'कुरल'मध्ये हीच गोष्ट फार सुंदर शब्दांत मांडली आहे :

ஆக்கம் அதர்வினாய்ச் செல்லும் அசைவிலா
ஊக்க முடையா னுழை.

याचा अर्थ आहे की, यश व समृद्धी स्वत: मार्ग शोधून दृढ इच्छाशक्ती असणाऱ्या व पद्धतशीर मेहनत घेणाऱ्या माणसापर्यंत पोहोचतात. ज्या माणसाजवळ अदम्य जिद्द आणि अविरत तळमळ असते, त्याला नशीब स्वत: शोधत येईल. [१४]

मला भारताचे गौरवगीत कधी गाता येईल?

मी जेव्हा आपल्या देशात भ्रमंती करतो, मी जेव्हा माझ्या देशाच्या तिन्ही बाजूला असणाऱ्या सागरांची गाज ऐकतो, मी जेव्हा उत्तुंग हिमालयाच्या शिखरांवरून आलेल्या वाऱ्याची झुळूक अनुभवतो, मी जेव्हा ईशान्येकडील व आपल्या द्वीपांवरील जैवविविधता पाहतो, आणि मी जेव्हा पश्चिमेकडील वाळवंटाचं तप्त रूप अनुभवतो, तेव्हा मला तरुणाईचा प्रश्न ऐकू येतो की, "मला भारताचं गौरवगीत कधी गाता येईल?"

याला काय उत्तर द्यायचं?

तरुणांना भारताचं गौरवगीत गायचं असेल, तर भारताला दारिद्र्य, निरक्षरता व बेरोजगारीमुक्त विकसित देश बनावं लागेल आणि आर्थिक समृद्धी, राष्ट्रीय सुरक्षा व अंतर्गत सलोखा या गोष्टी साध्य कराव्या लागतील.[१६]

सीमांतापलीकडे कुठल्या सीमा नसतात.

मी गेल्या चार वर्षांत हजारो शाळकरी मुलांशी बातचीत केली आहे. माझ्या काही मित्रांनी माझ्या नावानं एक 'वेबसाईट' सुरू केली आहे. तिच्या माध्यमातून मी विचारांचं आदानप्रदान करत असतो, विशेषत: आपल्या देशातील व परदेशातील तरुणांशी.
मी या वेबसाईटवर तरुणांपुढे दोन मुद्दे विचारार्थ ठेवले होते.
पहिला मुद्दा होता, भारत हा देश अर्धशतकाहून अधिक काळ विकसनशील देश या वर्गात आहे. तुम्ही देशाला 'विकसित देश' बनवण्यासाठी काय कराल?
दुसरा मुद्दा होता, मला भारताचं गौरवगीत कधी गाता येईल? मला प्रतिसादादाखल काही महत्त्वाच्या सूचना मिळाल्या.

विद्यार्थ्यांसाठी प्रतिज्ञा

* मी मन लावून अभ्यास करीन व त्यामध्ये उत्कृष्टता दाखवून देईन.
* मी किमान पाच झाडे लावीन व सतत त्यांची निगा राखीन.
* मी माझ्या दुःखी, कष्टी बांधवांची वेदना दूर करण्यासाठी सतत प्रयत्न करत राहीन.
* मी सुजाण नागरिक बनण्यासाठी प्रयत्न करीन व माझ्या कुटुंबाला सदाचरणी मार्गावर वाटचाल करायला लावीन.
* मी मानसिक व शारीरिकदृष्ट्या विकलांग लोकांशी सदैव स्नेहपूर्ण राहीन आणि आपल्याप्रमाणेच त्यांनाही सामान्य जीवनाचा अनुभव मिळावा यासाठी कठोर परिश्रम करत राहीन.
* मी प्रतिज्ञा करतो की, मी आपल्या देशाला विकसित देश बनवण्यासाठी प्रामाणिकपणे परिश्रम घेईन.[१५]

मेघालयमधील एका विद्यार्थ्यानं लिहिलं होतं की, मी शिक्षक बनेन (इंजिनिअरिंगचा प्रोफेसर न बनता). कारण मी या क्षेत्रात चांगलं काम करू शकतो, त्याचबरोबर मला अध्यापनाचं काम आवडतं आणि माझ्या मते देशसेवा करण्याचा एक सर्वोत्तम मार्ग म्हणजे प्रोफेसर किंवा सैनिक बनणं होय.

तरुण वर्ग आव्हानात्मक कार्ये, उत्तम आदर्श व त्यांना मार्गदर्शक ठरेल अशा नेतृत्वाच्या शोधात आहे.

किती उदात्त विचार आहे! असे सुंदर विचार फक्त मेघालयसारख्या सुंदर स्थानातूनच येऊ शकतात.

याच संदर्भात केरळमधल्या एका किशोरीनं लिहिलं होतं की, एका फुलानं हार गुंफता येत नाही. मी माझ्या देशवासियांच्या मनात देशप्रेम निर्माण करीन आणि विकसित भारताचा हार गुंफण्यासाठी कार्य करीन.

गोव्याच्या वीस वर्षीय तरुणानं म्हटलं होतं, 'मी इलेक्ट्रॉन बनेन आणि कक्षेत भ्रमण करणाऱ्या इलेक्ट्रॉनप्रमाणे मी या क्षणापासून आपल्या देशासाठी अथक काम करीन.'

मी जो दुसरा मुद्दा विचारार्थ ठेवला होता, त्यावर अटलांटामधील एका तरुणाचं म्हणणं आहे की, "ज्या वेळी भारतात गरज पडल्यास एखाद्या देशाला प्रतिबंध करण्याची क्षमता निर्माण होईल, त्या वेळी मी भारताचे गौरवगीत गाईन."

या तरुणाच्या प्रतिक्रियेचा अर्थ असा आहे की, आर्थिक मजबुतीमुळं समृद्धी लाभतेच, त्याजोडीनं राष्ट्रीय शक्तीही लाभते.

या तरुण वयोगटातील मुलांची मनं देशाला महान बनवण्याच्या भावनेनं प्रेरित आहेत. ही गोष्ट लक्षात घेणं महत्त्वाचं आहे की, भारतात ५४ कोटी तरुण आहेत. ही विशाल शक्ती आहे. देशासमोर भव्यदिव्य ध्येय असेल, तर तरुणांची ही विशाल शक्ती व ऊर्जा प्रत्यक्ष कृतीत उतरेल.[१७]

युवा गीत

मी भारताचा तरुण नागरिक
तंत्रज्ञान, ज्ञान आणि काळजात देशप्रेम
घेऊन सज्ज आहे,
किरकोळ ध्येय हा गुन्हा आहे,
हे मला कळलं आहे.
भव्य-दिव्य स्वप्न साकारण्यासाठी
मी दिनरात घाम गाळीन,
हे भव्य-दिव्य स्वप्न आहे
भारताला विकसित देश बनवण्याचं,
जिथं आर्थिक मजबुतीला
जीवनमूल्यांची जोड असेल
असा देश घडवण्याचं.
मी आहे अब्ज नागरिकांमधला
एक बिंदू,
पण हे भव्यदिव्य स्वप्नच अब्ज
मनं प्रज्वलित करेल.
माझ्या मनात या स्वप्नाचा
अंकुर फुलला आहे,
प्रज्वलित मन हा पृथ्वीवरील,
पृथ्वीच्या वरच्या स्तरावरील, तसंच
पृथ्वीच्या पोटातील इतर कोणत्याही
साधनस्रोतापेक्षा सर्वांत सामर्थ्यवान
साधनस्रोत असतो.
मी ज्ञानदीप तेवत ठेवीन
'विकसित भारता'चं स्वप्न साकारण्यासाठी.

आपण प्रज्वलित मनानं हे भव्यदिव्य स्वप्न साकार करण्यासाठी कठोर परिश्रम केले, तर कीर्तिमान विकसित भारत निर्माण होईल. हे गीत आपण आपापल्या सुंदर भाषेत गाऊ, तेव्हा आपलं सर्वांचं मन व हृदय एकतेच्या धाग्यात गुंफलं जाईल.[१८]

सबला नारी

जेव्हा नारी सबला होतात, तेव्हा सुस्थिर समाजाची स्थापना होते. जवळपास सर्वच क्षेत्रांत स्त्रियांना पुरुषांच्या तुलनेत दुय्यम मानण्याचे दिवस आता गेले आहेत. स्त्रिया कोणतेही काम पुरुषांइतक्याच कार्यक्षमतेने करू शकतात ही गोष्ट अनेकदा सिद्ध झाली आहे.[१]

सबला नारी

स्त्रिया व राष्ट्र उभारणी

आपल्या देशात स्त्रियांची संख्या एकूण लोकसंख्येच्या ४८% आहे. या ४८ टक्क्यांचे राष्ट्रीय विकासात योगदान घडले, तर २०२० सालापर्यंत भारताला विकसित देश बनवण्याचे राष्ट्रीय ध्येय बरेच लवकर साध्य होईल.

सध्या स्त्रिया प्रत्येक क्षेत्रात चमकत आहेत. त्या डॉक्टर्स, इंजिनिअर्स, वकील, शिक्षिका, राजकीय नेत्या, प्रशासक, पोलीस अधिकारी, व्यावसायिक बनत आहेत. तसंच सेनादलातही भरती होत आहेत. राष्ट्रउभारणीत ज्ञानसंपन्न, सुजाण स्त्रियांचा सहभाग विशेष महत्त्वाचा ठरणार आहे, कारण अशा स्त्रियांचे विचार, त्यांची कार्यपद्धती व जीवनमूल्ये यांमुळे चांगले कुटुंब, चांगला समाज व चांगला देश बनण्याच्या दिशेने जलद गतीने वाटचाल होईल.[२]

जेव्हा नारी सबला होतात, तेव्हा सुस्थिर समाजाची स्थापना होते. यासाठी स्त्रीशिक्षणाला सर्वोच्च प्राधान्य दिले पाहिजे. मुलींना माध्यमिक व विद्यापीठातील शिक्षणाची हमी मिळणे

आवश्यक आहे, त्याचबरोबर दूरवरच्या क्षेत्रातील स्त्रियांसाठी शैक्षणिक पॅकेजेस निर्माण केली पाहिजेत.[३]

मुलीला मूलभूत सामान्य शिक्षण पूर्ण झाल्यानंतर व्यावसायिक प्रशिक्षण कार्यक्रमात सहभागी होता आले पाहिजे, ज्यायोगे ती स्वयंरोजगाराचा मार्ग शोधू शकेल अथवा ठोस नोकरी शोधू शकेल. आपल्याला ही गोष्ट त्या मुलीचा स्वाभाविक कल व विशिष्ट व्यवसायासाठी आवश्यक असणारी कौशल्ये ध्यानात घेऊन करावी लागेल. प्रत्येक स्त्रीला शक्य तितक्या लवकर सुशिक्षित व आर्थिकदृष्ट्या स्वावलंबी बनवण्यावर मुख्य भर दिला पाहिजे.[४]

भारतात स्त्रियांना प्रत्येक क्षेत्रात आगेकूच करण्यासाठी समान संधी देण्याची दीर्घ परंपरा आहे.

अग्रणी कार्यातील महिला

भारतात स्त्रियांना प्रत्येक क्षेत्रात आगेकूच करण्यासाठी समान संधी देण्याची दीर्घ परपंरा आहे. बहुतेकशा विकसित देशांतील स्त्रियांच्या बरंच आधीपासून भारतीय स्त्रियांना मतदानाचा अधिकार आहे. अगदी पूर्वीच्या काळीसुद्धा आपण भारतात झाशीची राणी व राणी मंगम्मा यांच्यासारख्या वीरांगना व शासनकर्त्यांच्या राज्यांचं युग पाहिलं आहे. प्राचीन भारतात वैज्ञानिक व तत्त्ववेत्ती म्हणून गार्गी यांचं नाव घेतलं जातं. त्यांनी विज्ञान क्षेत्रात प्रचंड योगदान दिलं आहे. त्या तीन हजार वर्षांपूर्वी होऊन गेल्या. याच परंपरेत बाराव्या शतकातील लीलावती व मैत्रेयी यांचाही उल्लेख करावा लागेल. भारतावर परकीयांनी ताबा मिळवला होता, त्या काळात भारतीय स्त्रीची भूमिका काहीशी नरम होती. पण स्वतंत्र भारतात स्त्रियांची पुन्हा जोमानं आगेकूच सुरू झाली आहे.[५]

मी माझ्या प्रवासादरम्यान, आपापल्या विशेष नैपुण्यक्षेत्रात अग्रेसर ठरलेल्या महिलांना भेटलो आहे. त्यांच्यापैकी काही महिलांचा उल्लेख करायचा, तर उत्तरांचलच्या पहिल्या महिला पोलीस महासंचालक कांचन चौधरी-भट्टाचार्य; वायुसेना व नौदलातील दोन ज्येष्ठ अधिकारी एअर मार्शल पी. बंदोपाध्याय - महासंचालक वैद्यकीय सेवा व शल्यचिकित्सा (वायू) आणि व्हाईस ॲडमिरल पुनिता अरोरा -महासंचालक वैद्यकीय सेवा (नौदल). या दोघी वैद्यकीय क्षेत्रात नवनव्या पाऊलखुणा ठेवत

स्त्रिया अनेक क्षेत्रांत चमकत आहेत.

आहेत. कॅप्टन सिप्रा मजुमदार व कॅप्टन अश्विनी ए.एस. पवार या दोघी जणी उत्तरेकडून एव्हरेस्ट शिखर पादाक्रांत करणाऱ्या पहिल्या महिला गिर्यारोहक ठरल्या आहेत. मी कारगिलच्या गोठवणाऱ्या थंडीत, तिथल्या सैन्यदलातील महिला अधिकाऱ्यांशी बातचीत केली आहे आणि आपल्या 'मिशन'मध्ये यशस्वी होणाऱ्या त्यांच्या धैर्य व दृढ निश्चयाची प्रशंसा केली आहे. नुकत्याच रेमन मॅगसेसे पुरस्कारानं सन्मानित झालेल्या डॉ. शांता यांना 'कॅन्सर इन्स्टिट्यूट' मध्ये 'रेडिएशन ऑन्कॉलॉजी विभाग' सुरू करण्याचं श्रेय जातं. त्यांनी भारतात सर्वप्रथम ट्यूमर हॉस्पिटल सुरू केलं. पहिलं शिशू ऑन्कॉलॉजी युनिट स्थापन करण्याचा मान त्यांच्याकडेच आहे. मानवजातीच्या सेवेचं मूर्तिमंत उदाहरण असणाऱ्या नोबेल पुरस्कारप्राप्त मदर तेरेसा यांचं स्थान या सर्वांच्याही वर आहे. या स्त्रिया सर्व भारतीय स्त्रियांचा आदर्श बनल्या पाहिजेत.[६]

रोहिणी देवी सुरक्षा संशोधन व विकास संस्थेत कार्यरत असलेल्या वरिष्ठ वैज्ञानिक आहेत. त्यांनी जी काही विशेष उत्पादनं विकसित केली, त्यांपैकी एक म्हणजे – लाईट कॉम्बॅट एअरक्राफ्ट (LCA) साठी तयार केलेली कार्बन ब्रेक डिस्क. प्रकल्पाच्या टीममधील सदस्य दोलायमान मन:स्थितीत होते की, ब्रेक पॅड आयात करावं का वेळेच्या काटेकोर चौकटीत एतद्देशीय विकास प्रक्रिया सुरू ठेवावी. संपूर्ण जगभरात अशी नोंद आढळते की, काही मोजक्या विकसित देशांचा अपवाद वगळता, अशा प्रकारचं ब्रेक पॅड इतर कुठं तयार झालेलं नाही. पश्चिमेकडच्या एका आघाडीच्या उत्पादकानं तर आव्हानच दिलं. भारतात अशा प्रकारची निर्मिती अशक्यच आहे असं सांगून, त्यानं भरभक्कम किंमतीला त्याच्याकडील उत्पादन देण्याची तयारी दाखवली.

मात्र प्रकल्पातील सदस्यांनी धैर्य दाखवलं आणि रोहिणी देवींच्या नेतृत्वाखाली सुरू असलेल्या प्रयत्नांना प्रोत्साहन दिलं. अशा मोहिमांमध्ये बरेचदा अपेक्षितच असतं, त्याप्रमाणे सुरुवातीला या उत्पादनानं आवश्यक तो 'वेअर-रेट' दिला नाही, पण आवश्यक तेवढं ब्रेक-कार्य होत होतं. मग रोहिणी देवींच्या

नेतृत्वाखाली संपूर्ण टीमनं खडतर परिश्रम घेतले आणि प्रकल्पासाठी आवश्यक असलेला 'वेअर रेट' गाठण्याचं लक्ष्य साध्य केलं. हे तंत्रज्ञान संपूर्णत: आपल्या देशात विकसित झालं असून याचे अनेक आनुषंगिक फायदे आहेत व नागरी क्षेत्रात याचा बराच उपयोग होतो. आता हीच टीम 'कार्बन नॅनो-ट्यूब्ज'वर काम करत आहे. त्याचबरोबर 'फंक्शनली ग्रेडेड मटेरियल' तयार करत आहे. या सामग्रीद्वारे अवकाश क्षेत्र व सुरक्षा या क्षेत्रांत वापरल्या जाणाऱ्या सामग्रीमध्ये क्रांती घडेल. यामधून एका वैज्ञानिक महिलेचं धैर्य, साहसी नवउपक्रमशीलता व 'असाध्य ते साध्य करण्याची' बांधिलकी प्रकट होते.

'आकाश' क्षेपणास्त्र यंत्रणा 'राजेंद्र' या फेज्ड ॲरे रडार- मार्फत नियंत्रित केली जाते. हे रडार एकाच वेळी अनेक विमानांचा माग काढू शकतं. त्याचबरोबर या लक्ष्यांच्या दिशेने अनेक क्षेपणास्त्रांना दिशादर्शन करू शकतं. ही क्षमता साध्य करण्याचं अत्यंत महत्त्वाचं तंत्रज्ञान म्हणजे 'फेज शिफ्टर' होय. राजेंद्र रडारला ४५०० फेज शिफ्टर्स आहेत. विकसित राष्ट्रांच्या निर्बंधांमुळे हे फेज शिफ्टर्स व्यावसायिक रूपात उपलब्ध नव्हते. दिल्लीच्या 'इंडियन इन्स्टिट्यूट ऑफ टेक्नॉलॉजी' या संस्थेतील विख्यात व आदरणीय शास्त्रज्ञ प्रो. भारती भट यांनी त्यांच्या टीमसमवेत या 'फेज शिफ्टर' ची रचना व विकास याबाबतचं कार्य केलं. आज भारताकडे विकसित देशांच्या तोडीस तोड फेज्ड ॲरे रडार तंत्रज्ञान आहे.

प्रत्येक संस्थेला जाणीव करून द्यायलाच हवी की, स्त्री व पुरुष यांच्यामध्ये काहीही फरक नाही.

कोणत्याही माणसाच्या सहनशक्तीची सर्वांत खडतर परीक्षा असते ती अवकाश प्रवासात! मात्र हरियाणातल्या एका लहानशा, शांत खेड्यात जन्मलेल्या मुलीनं 'एरॉनॉटिकल इंजिनिअरिंग'चा अभ्यास केला आणि 'आकाशगंगेची कन्या' बनण्याचं स्वप्न पाहिलं. ही किती कौतुकाची गोष्ट आहे! तिनं खडतर परिश्रम केले आणि ती अंतरिक्ष यानातील सदस्य बनणारी पहिली भारतीय महिला ठरली. तिनं अंतरिक्ष यानातून ७६० तासांचा विलक्षण प्रवास करून, अंतरिक्षात प्रगत वैज्ञानिक प्रयोग केले. ध्येयनिष्ठ समर्पित वृत्ती बालपणीची स्वप्नं वास्तवात कशी साकार करते, मग ती किती का कठीण व गुंतागुंतीची असेनात,

याचं कल्पना चावला हे उत्कृष्ट उदहारण आहे.[७]

भारतीय अवकाश संशोधन संस्थेचे (ISRO) संस्थापक डॉ. विक्रम साराभाई यांचं निधन झालं, तेव्हा अंतरिक्ष कार्यक्रमासाठी व्यवस्थापन पद्धती निर्माण करण्यासंदर्भात आणीबाणीची वेळ येऊन ठेपली होती. त्या वेळी अहमदाबादच्या 'इंडियन इन्स्टिट्यूट ऑफ मॅनेजमेंट' या संस्थेतील विख्यात व्यवस्थापन तज्ज्ञ प्रो. कमला चौधरी यांच्यावर बदललेल्या वातावरणाशी जुळवून, मोहिमेची पुनर्रचना करण्याची मोठी जबाबदारी इस्रोचे तत्कालीन अध्यक्ष प्रो.एम.जी.के.मेनन यांनी सोपवली होती. त्यांनी विविध स्तरांतील वैज्ञानिक, तंत्रज्ञ व कर्मचाऱ्यांच्या मुलाखतींद्वारे कामाला प्रारंभ केला आणि 'इस्रो' साठी पुनर्रचित व्यवस्थापन योजना आखली. ही योजना अपूर्व होती आणि आजही आहे. या योजनेत दोन महत्त्वपूर्ण घटक होते. वैज्ञानिकांना अधिकार बहाल करणे आणि संस्थेचे ध्येय व लोकांची स्वप्ने, आशा-

आकांक्षा यांचा विचार करून जनकेंद्रित मोहिमा आखणे.

अशा बलशाली संस्थात्मक योजनेमुळे 'इस्रो' मध्ये महत्त्वाचे मैलाचे दगड पार करण्याचं चैतन्य संचारलं आणि ही अत्यंत यशस्वी संस्था बनली आहे.[८]

समान भागीदार

माझ्या हिमाचल प्रदेशाच्या दौऱ्यात राजकीय कन्या महाविद्यालयाच्या विजया शर्माने मला प्रश्न केला की, 'स्वतंत्र भारतात मुलीची

भूमिका काय असावी?'

मी उत्तरलो की, 'स्त्री व पुरुष यांच्या भूमिकेत वस्तुत: काहीही फरक नाही. कारण राष्ट्रीय विकासात हे दोन्हीही घटक समान भागीदार असतात.'[१]

हे स्त्रियांच्या सबलीकरणाचे युग आहे. जवळपास सर्वच क्षेत्रांत स्त्रियांना पुरुषांच्या तुलनेत दुय्यम मानण्याचे दिवस आता गेले आहेत. स्त्रिया कोणतेही काम पुरुषांइतक्याच कार्यक्षमतेने करू शकतात ही गोष्ट अनेकदा सिद्ध झाली आहे.

लिंगभेदातीत जाणीव निर्माण करणारे प्रशिक्षण

तथापि स्त्रिया व पुरुष दोघांसाठीही लिंगभेदाबाबतच्या मुद्यांची जाणीव निर्माण करणारा प्रशिक्षण कार्यक्रम घेण्याची गरज आहे. अशा कार्यक्रमांचे उद्दिष्ट असेल पुरुष व स्त्रिया यांची स्वतंत्र बलस्थाने अधोरेखित करणे आणि हे दोघेही एखाद्या संस्थेच्या समान उद्दिष्टांमध्ये परस्पर सहयोग व योगदान कसे प्रभावीपणे देऊ शकतात हे दर्शविणे. अशा प्रकारच्या प्रशिक्षणात स्त्रियांच्या विशेष गरजांकडे आणि या पद्धतीने समाजात कसा सलोखा राहील याकडे लक्ष पुरवले पाहिजे.

राष्ट्रीय विकासात महिलांची समान भागीदारी आहे.

यामुळे कर्मचाऱ्यांच्या मनातील बरेच गैरसमज व चुकीचे ग्रह दूर होतील. स्त्रिया व पुरुष यांना देण्याच्या कामाचे नियोजन, त्यांचे कामाचे तास, जबाबदाऱ्या व कामाची विभागणी याकडे लक्ष देण्याने कोणत्याही संस्थात्मक रचनेत हे दोघेही परस्परांचे योगदान उत्तमरीत्या समजून घेऊ शकतील.

प्रत्येक संस्थेला जाणीव करून द्यायलाच हवी की, पुरुष व स्त्री यांच्यामध्ये काहीही फरक नाही. स्त्रिया व पुरुष या दोघांसाठीही काम नेमून देताना ते कार्यसूचीवर म्हणजेच 'रॉस्टर'वर आधारित देता येईल. कामांच्या अशा सरसकट विभागणीमुळे, स्त्रियांना समान वागणूक दिली जात नाही ही भावना दूर होईल. त्याचबरोबर प्रत्येक अधिकाऱ्याच्या विशिष्ट तक्रारी ऐकण्यासाठी महिन्यातून एकदा सर्वांची बैठक व्हायला हवी. या तक्रारीत तथ्य आढळल्यास, ती तक्रार दूर करण्यासाठी ताबडतोब कारवाई व्हायला हवी. अशा पारदर्शी पद्धतीमुळे सर्व कर्मचाऱ्यांमध्ये, विशेषत: स्त्रियांमध्ये आत्मविश्वास खचितच वाढेल. दर ठरावीक काळाने, वरिष्ठ अधिकाऱ्यांनी त्यांच्या विविध विभागांमधील पर्यवेक्षण दौऱ्यांदरम्यान

स्त्रिया व पुरुष यांच्या एकत्रित टीमवर्कचे महत्त्व अधोरेखित करायला हवे. एखादी मोहीम आखताना, त्यामध्ये स्त्रिया व पुरुष या दोघांचीही संमिश्र टीम असणे नेहमीच इष्ट असते.

काही ठिकाणी स्त्रियांना नेतृत्व दिले पाहिजे, तर इतर काही ठिकाणी पुरुषांनी नेतृत्व स्वीकारले पाहिजे.[१०]

उदयोन्मुख महिला

आपण जेव्हा भावी व्यावसायिक स्त्रिया व राष्ट्रीय चळवळीत भाग घेण्याची उत्कट इच्छा असलेल्या, नेतृत्व करणाऱ्या महिलांचा विचार करतो, तेव्हा मला महाकवी सुब्रह्मण्यम भारती यांची कविता आठवते. त्यांनी १९१० साली रचलेल्या या कवितेत भारतीय स्त्रीची प्रतिमा कशी व्यक्त केली आहे पाहा.

ती चालतेय ताठ मानेनं
आणि नजर आहे थेट समोर,
तिच्यापाशी आहेत तिची तत्त्वं
तिला कुणाचंच नाही भय!
तिच्यापाशी आहे ज्ञानाचा उत्तुंग अभिमान,
अशा सुसंस्कृत नारी,
निवडलेल्या मार्गावरून चालताना
डळमळत नाहीत,
त्या अज्ञानाचा अंधकार दूर सारतात,
आणि जीवनाच्या वरदानाचं
स्वागत करतात ज्ञानसंपन्नतेनं,
उदयोन्मुख स्त्रीचा
हाच तर धर्म आहे!

माझी खात्री आहे की, कवीचं हे स्वप्न आपल्या देशातील सर्व स्त्रियांच्या जीवनात वास्तवात उतरेल.[११]

ज्ञानसंपन्न समाजाकडे

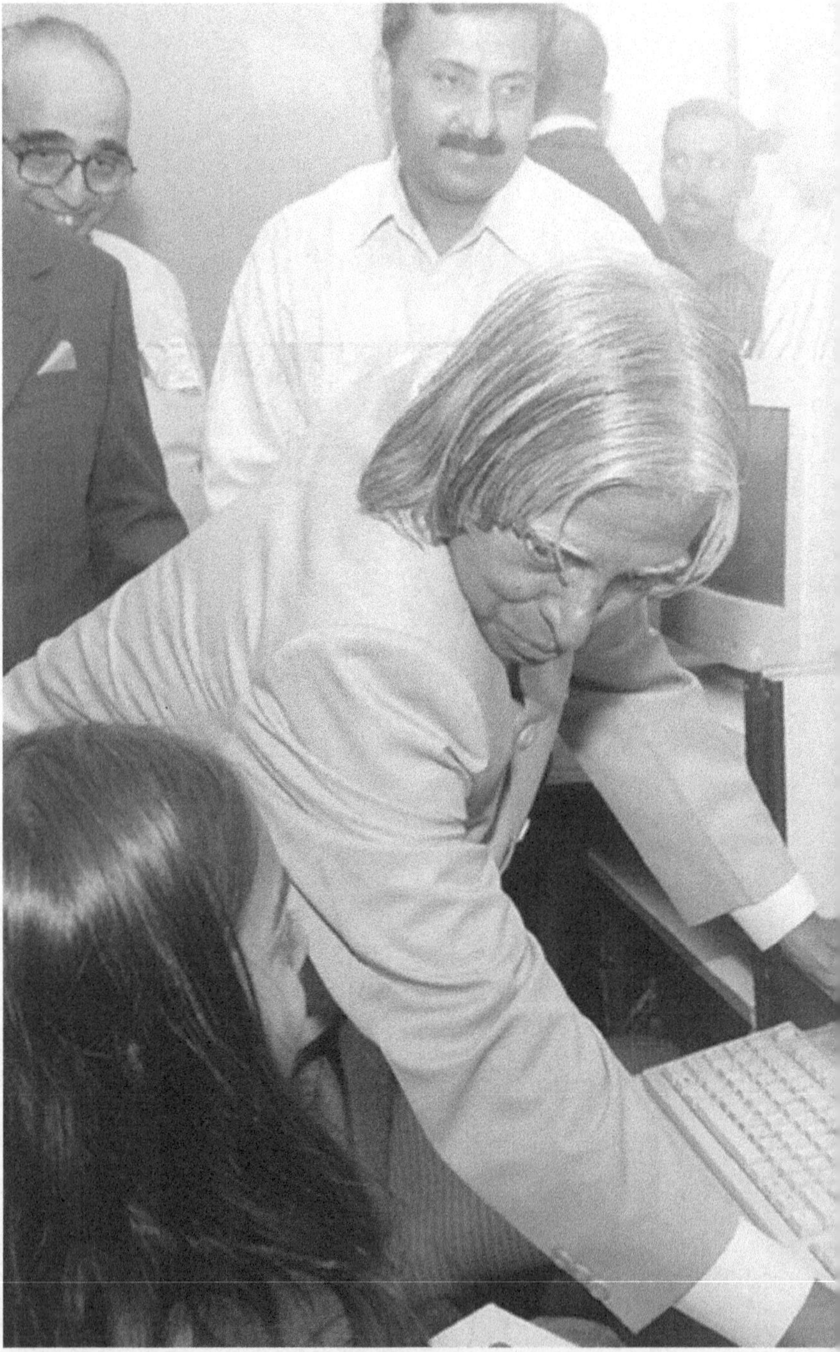

ज्ञान हे सदैव
समृद्धी व सत्ता
मिळवण्याचे
प्रमुख साधन
बनून राहिले
आहे. त्यामुळे
जगभरात
ज्ञानसंपादन हे
महत्त्वपूर्ण क्षेत्र
बनले आहे.
ज्ञानानुभवाचे
आदान-प्रदान
ही आपल्या
देशाची अपूर्व
संस्कृती
आहे.[१]

ज्ञानसंपन्न समाजाकडे

ज्ञानसंपन्न समाजाचा उदय

गेल्या दशकात जगात खूप मोठे परिवर्तन घडले आहे. कृषिप्रधान समाजाची - ज्यामध्ये मानवी श्रम हा महत्त्वाचा घटक असतो - जागा औद्योगिक समाजाने घेतली आहे. त्यामध्ये तंत्रज्ञान, भांडवल व श्रमशक्तीचे व्यवस्थापन हा घटक स्पर्धात्मक फायदे मिळवून देतो. आणि गेल्या दशकात माहितीयुगाचा उदय झाला, ज्यामध्ये संबद्धता (connectivity) व सॉफ्टवेअर उत्पादने देशाच्या अर्थव्यवस्थेला चालना देणारे प्रमुख घटक आहेत. २१ व्या शतकामध्ये नव्या समाजाचा उदय होत आहे. त्यामध्ये भांडवल व श्रमशक्तीऐवजी ज्ञान हा प्रमुख उत्पादन स्रोत बनला आहे. ज्ञानाच्या परिणामकारक वापराने देशात प्रचंड संपत्तीनिर्मिती घडू शकते आणि आरोग्य, शिक्षण, पायाभूत संरचना व इतर सामाजिक दर्शकांसंदर्भात अधिक चांगल्या सुधारणा घडून जीवनस्तर उंचावू शकतो.

ज्ञानविषयक पायाभूत संरचना निर्माण करण्याची व ती टिकवून ठेवण्याची क्षमता, ज्ञानक्षेत्रातील कर्मचारी तयार करणे आणि नव्या ज्ञानाची निर्मिती, विकास व त्याचा पुरेपूर वापर करून

घेणे यांद्वारे या कर्मचाऱ्यांची उत्पादकता वृद्धिंगत करणे हे या ज्ञानसंपन्न समाजाच्या समृद्धीतील अत्यंत महत्त्वाचे घटक असतील. एखाद्या देशांत असा ज्ञानसंपन्न समाज घडला आहे किंवा नाही ही गोष्ट, तो देश सर्व क्षेत्रांत ज्ञाननिर्मिती व ज्ञानाचा पुरेपूर वापर किती प्रभावीपणे करतो यावरून जोखले जाते.[२]

ज्ञानाधारित अर्थव्यवस्थेत समाजाचे उद्दिष्ट बदलते. समग्र विकासाच्या मूलभूत गरजा पूर्ण करणे या उद्दिष्टाच्या जागी सबलीकरण हे उद्दिष्ट येते.

शिक्षण पद्धतीत फक्त पाठ्यपुस्तकी शिक्षण न दिले जाता, सर्जनशील व परस्परक्रिया घडवणाऱ्या स्वयं-अध्ययनाला चालना दिली जाईल. त्यामध्ये जीवनमूल्ये, गुणवत्ता व दर्जा यांवर विशेष भर दिला जाईल.

कुशल अथवा अर्धकुशल कर्मचाऱ्यांऐवजी हुशार, समर्थ व लवचीक कौशल्यप्राप्त कर्मचारी असतील.

कार्य रचनाधारित व हार्डवेअरप्रणित असणार नाही, तर त्याच्या जागी कमी रचनाधारित व अधिक सॉफ्टवेअरप्रणित काम असेल.

व्यवस्थापन शैली हुकूम देण्याऐवजी अधिकार सुपूर्त करण्यावर भर देणारी असेल.

औद्योगिक अर्थव्यवस्थेच्या तुलनेत याचा पर्यावरण व सजीव सृष्टीवर घडणारा दुष्परिणाम लक्षणीयरीत्या कमी असेल.

शेवटचा मुद्दा असा की, अर्थव्यवस्था औद्योगिक नव्हे, तर ज्ञानप्रणित असेल.[३]

प्राचीन ज्ञान हा आपल्या देशातील अपूर्व साधनस्त्रोत आहे. आपण या सामर्थ्याचा राष्ट्रीय हित संवर्धन व आपले जागतिक अस्तित्व ठळक करणे या दोन्ही गोष्टींसाठी उपयोग करून घेणे आवश्यक आहे.

ज्ञानसंपन्न समाजाचे घटक

ज्ञानसंपन्न समाजाचे दोन अत्यंत महत्त्वपूर्ण घटक; सामाजिक परिवर्तन व संपत्तीनिर्मिती.

ज्ञानसंपन्न समाज घडवण्याच्या दिशेने वाटचाल करण्यासाठी राष्ट्रीय कृतीदलाने मध्यवर्ती (core) क्षेत्रे निवडली आहेत, ती अशी : माहिती - तंत्रज्ञान, जैवतंत्रज्ञान, अवकाश तंत्रज्ञान, हवामान अंदाज, आपत्ती व्यवस्थापन, दूरचिकित्सा (Tele-medicine), दूरशिक्षण (Tele-education), स्वदेशी ज्ञानउत्पादननिर्मितीसाठी विविध तंत्रज्ञान, सेवा क्षेत्र व 'इन्फोटेनमेंट'.

२१व्या शतकामध्ये नव्या समाजाचा उदय होत आहे. त्यामध्ये भांडवल व श्रमशक्तीऐवजी ज्ञान हा प्रमुख उत्पादन स्रोत बनला आहे.

आपण या क्षेत्रांत जलद गतीने क्षमतावृद्धी करणे आवश्यक आहे. कारण त्यामुळे घडणाऱ्या प्रगती व विकासामुळे सामाजिक परिवर्तन घडण्यास साहाय्य होणार आहे.

ज्ञानसंपन्न समाजाची स्थापना होण्यातील दुसरा महत्त्वाचा घटक म्हणजे संपत्तीनिर्मिती. हा घटक या निवडलेल्या राष्ट्रीय मध्यवर्ती क्षेत्रांत गुंफला जायला हवा. या मध्यवर्ती क्षेत्रांतील संपत्तीनिर्मिती अशा पद्धतीने घडायला हवी की, सन २००८ पर्यंत ५० अब्ज डॉलर्सचे निर्यातउद्दिष्ट पूर्ण व्हायला हवे, विशेषत: माहिती-तंत्रज्ञान क्षेत्राद्वारे. त्याचबरोबर सामाजिक परिवर्तनाच्या दिशेने जलद वाटचाल करण्यासाठी आपल्या देशात ३० अब्ज डॉलर्सची माहिती तंत्रज्ञान उत्पादने निर्माण करण्याची क्षमता विकसित करायला हवी.

यासाठी धोरणात्मक व प्रशासकीय कार्यपद्धतीत सुधारणा, नियामक पद्धतीत बदल, पेटंटसबाबत जागृती आणि सर्वांत महत्त्वाचे म्हणजे तरुण व चैतन्यमयी नेतृत्वनिर्मिती हे घटक सुव्यवस्थित असण्याची गरज आहे. संपत्तीनिर्मिती घडवण्यासाठी, व्यावसायिक धोरणांत सुधारणा करताना ती नागरिक - केंद्रित असणे, उपयोग करणाऱ्यास अनुकूल तंत्रज्ञान निर्मिती आणि उद्योग-प्रयोगशाळा-अकादमी अशी सखोल सूत्रे स्थापन करणे, हेही घटक आवश्यक आहेत.[४]

ज्ञानसंपन्न समाजाचे सामाजिक परिवर्तन व संपत्तीनिर्मिती असे दुहेरी उद्दिष्ट असले, तरी भारताला ज्ञानसंपन्न शक्ती या रूपात परिवर्तित होताना, एक तिसरा घटकही समोर येतो. ज्ञानसंपन्न समाजाचा पाया ज्या दोन स्तंभांवर - कठोर मेहनतीने मिळवलेली संपत्ती व परिवर्तित समाज - उभा राहतो, त्या स्तंभांचे रक्षण करावे लागले, तरच ज्ञानसंपन्न समाज टिकून राहील.

पारंपरिक ज्ञानाचे जतन

आपल्या खेड्यांत ज्ञानाचे प्रचंड भांडार आहे. त्यांचा इतिहास, लोकगीते, सांस्कृतिक परंपरा व कला, पारंपरिक औषधपद्धती आणि मार्केटिंगची माहिती व पद्धती यांमध्ये हा ठेवा आढळतो. अशा प्रकारची माहिती मौखिक परंपरेतून पुढे चालत आली

आहे, पण प्रत्येक पिढीच्या अस्तासोबत हळूहळू ती नष्ट होत आहे. भावी पिढ्यांना याचा लाभ मिळण्यासाठी या ज्ञानभांडाराचे जतन करून हा वारसा पुढे चालू राहणे आवश्यक आहे.

भारतात साहित्य, संगीत, पारंपरिक औषधपद्धती व विज्ञान या क्षेत्रांतील माहितीचा समृद्ध खजिना आहे. हे ज्ञान भूर्जपत्रांवर लिहिलेले आहे. या अमूल्य माहितीचे जतन होणे अत्यंत आवश्यक आहे. केवळ या भूर्जपत्रांचे 'स्कॅनिंग' करून भागणार नाही. कारण या भूर्जपत्रांवरील मजकूर वाचून त्याचा अर्थ लावू शकणाऱ्या आणि त्यामध्ये उल्लेख केलेल्या वनस्पती व दगड ओळखू शकणाऱ्या लोकांची संख्या कमी होत चालली आहे. त्यातसुद्धा ज्या काही मोजक्या लोकांना हा मजकूर वाचता येतो, त्यांना तो नीट लिहिता येत नाही. शिवाय ही माहिती संगणकावर 'डिजिटल' स्वरूपात नोंदवणे त्यांना जमेलच असे नाही. शिवाय या प्राचीन लेखांमधली अक्षरे ओळखणे ही एक मोठी कठीण समस्या असते. त्यामुळे माझी अशी सूचना आहे की, प्रत्येक भूर्जपत्राचे 'स्कॅनिंग' झाल्यानंतर, त्या भूर्जपत्राचे तज्ज्ञांकडून वाचन करून घेऊन ते ध्वनिमुद्रित करावे; त्यानंतर ते 'वेब' वर घ्यावे आणि त्यावर मुक्त व योग्य भाष्य करण्यासाठी तज्ज्ञांना पाचारण करून, प्रत्येक भूर्जपत्रावरील माहितीची साधारता सिद्ध करावी. या माहितीचा उपयोग भूर्जपत्रांचे वाचन करू शकणाऱ्या तज्ज्ञांची नवी पिढी निर्माण करण्यासाठीसुद्धा होऊ शकेल. सध्या ही प्रजाती जवळपास नामशेषच झालेली आहे.[५]

डिजिटल ग्रंथालयाचा आरंभ

डिजिटल ग्रंथालये म्हणजे केवळ सध्याच्या ग्रंथालयाचे डिजिटल रूप नव्हे, तर त्यामध्ये पुस्तकांखेरीज हस्तलिखिते व नियतकालिके यांचाही समावेश झाला पाहिजे. ही हस्तलिखिते व नियतकालिके ज्ञान, माहिती आणि भाषणे, लोकगीते, चित्रकला, कोरलेले लेख अशासारख्या स्वरूपातील आपली परंपरा यांचा विशुद्ध स्रोत आहेत. या सर्व गोष्टींमध्ये ज्ञानाचा संचय आहे. आपण ही ज्ञानाची व संस्कृतीची सर्व रूपे आपल्या डिजिटल ग्रंथालयात एकत्र आणण्याची मोहीम हाती घेणे अतिशय महत्त्वाचे आहे.[६]

स्थितिज (static) माहितीची किंमत शून्य असते.

आपल्या माहिती - तंत्रज्ञान मंत्रालयाने सर्जनशीलतेची जोपासना करण्यासाठी व सर्व मानवी ज्ञानापर्यंत सर्वांनाच मुक्त प्रवेश मिळावा या उद्देशाने, आयआयएससी व कार्नेजी मेलन विद्यापीठ यांच्या संयुक्त विद्यमाने 'भारतीय डिजिटल ग्रंथालया'चे 'पोर्टल' तयार करण्याची योजना आखली आहे. २००३साली या ग्रंथालयाचे उद्‌घाटन झाले. देशभरात या ग्रंथालयाची वीस केंद्रे कार्यरत असून, आत्तापर्यंत या ग्रंथालयात ५०,००० पेक्षा जास्त पुस्तकांचे 'डिजिटलीकरण' झाले आहे, त्यांपैकी जवळपास ३०,००० पुस्तके नऊ भारतीय भाषांमधली आहेत.[७]

डिजिटल ग्रंथालयाचा फायदा म्हणजे ज्ञानाचियेद्वारी सर्वांना सारखाच प्रवेश मिळतो, मग ती व्यक्ती कोण्याही ठिकाणची, कोणत्याही जातीची, संप्रदायाची, वर्णाची वा कोणत्याही आर्थिक स्तरातील असो. डिजिटल ग्रंथालय लोकांना जोडण्याचे काम करते, त्यांच्यात फाटाफूट करण्याचे नाही. या ठिकाणी भूतकाळ आणि वर्तमानकाळ यांचा संगम होतो आणि त्यातून भविष्य आकाराला येते. डिजिटल ग्रंथालय भारतातील 'डिजिटल दरी' नक्कीच दूर करेल. ही 'डिजिटल दरी' आपल्यासाठी चिंतेचा विषय आहे.

संबद्धतेच्या (connectivity) माध्यमातून सबलीकरण

निरनिराळ्या घटकांचा उत्कृष्ट मिलाफ साधणारे (blended) ज्ञान अधिक समृद्ध असते.

संबद्धता ही शक्ती आहे. संबद्धता ही संपत्ती आहे. संबद्धता म्हणजेच प्रगती आहे.

सरकारी आणि खाजगी व सार्वजनिक क्षेत्रांतल्या बहुविध संस्था यांच्या दरम्यानची संबद्धता व सहयोग हे एक अब्ज लोकांच्या सबलीकरणाचे मध्यवर्ती सूत्र आहे. या दोन्ही घटकांचा संयुक्त विकास व आर्थिक भरभराट घडण्यासाठी या दोन्ही घटकांमध्ये सशक्त भागीदारी आवश्यक असते. यासाठी सर्व स्तर व सीमा ओलांडून जाणारा आणि कृषी, उत्पादन व सेवा या अर्थव्यवस्थेच्या तीन विभागांत सर्व उद्योग-व्यवसायांना अखंडपणे सामावून घेणारा ज्ञान व माहितीचा मुक्त प्रवाह साहाय्यकारी ठरतो.

प्रस्तावित विकास आराखड्यात, (model) अर्थव्यवस्थेच्या या तीन विभागांना जोडणारे चार 'ग्रीडस्' आखण्यात आले आहेत.

ते म्हणजे ज्ञान ग्रीड, आरोग्य ग्रीड, ई-प्रशासन ग्रीड व ग्रामीण ग्रीड. या 'ग्रीड्स' यंत्रणेमुळे ग्रामीण प्रदेशातील ७० कोटी व शहरी भागातील ३० कोटी जनता समृद्ध होईल. या प्रक्रियेमध्ये दारिद्र्यरेषेखाली जीवन कंठणाऱ्या २६ कोटी लोकांच्या जीवनात निश्चित परिवर्तन घडेल.

ज्ञान ग्रीड

भारतात सध्या 'व्हर्च्युअल' विद्यापीठे व संस्था स्थापन करण्याची प्रक्रिया सुरू आहे. त्यामागचा उद्देश आहे ज्ञानाचे आदानप्रदान करणे, ज्ञानप्रसार करणे व ज्ञानाचा पुनर्वापर करणे. ही 'व्हर्च्युअल' विद्यापीठे आपल्याला भविष्यातील तंत्रज्ञानाने संपन्न करत असली व हा देशात उच्च दर्जाचे शिक्षण मिळवण्याचा सर्वांत किफायतशीर मार्ग असला, तरी ही विद्यापीठे 'कॅम्पस' आधारित शिक्षणाला पर्याय ठरलेली नाहीत. 'व्हर्च्युअल' विद्यापीठांसमोर या दोन्ही जगतातल्या सर्वोत्तम बाबी देण्याचे आव्हान आहे.

अध्ययनाची तीन साधने असतात. व्याख्याने, ग्रंथालये व प्रयोगशाळा. वास्तव जगतात सर्वांना समान प्रवेश नेहमी लोकशाही स्वरूपाचा असतो, तर 'व्हर्च्युअल' विद्यापीठात समान प्रवेश

याच अर्थ असतो, नेटवर्कमध्ये उपलब्ध असणाऱ्या सर्वोत्तम साधनस्त्रोतांची सर्वांना समान उपलब्धता, मग ते शिक्षकांच्या संदर्भात असोत, ग्रंथालयाच्या अथवा प्रयोगशाळेच्या. परिणामस्वरूपात नेटवर्क त्यामध्ये सहभागी असणाऱ्या प्रत्येकाला त्याचे सर्वोत्तम साधनस्त्रोत उपलब्ध करून देते.

पण यासाठी 'बँडविड्थ' वाढवण्याची आवश्यकता आहे. व्याख्यानांसाठी उपयुक्त असणारी १०० किलोबाईट्सच्या दरम्यानची बँडविड्थ औपचारिक डिजिटल ग्रंथालये आणि इंटरनेट्वरील अनौपचारिक ज्ञानजगत यांच्यासाठी काही मेगॅबाईट्सपर्यंत वाढण्याची आवश्यकता आहे. त्यायोगे जगातील दूरदूरच्या उच्च दर्जाच्या विज्ञान व अभियांत्रिकी प्रयोगशाळांमध्ये संबद्धता निर्माण होईल.

जसजशी 'बँडविड्थ' स्वस्त होत जाईल व विपुल प्रमाणात उपलब्ध होत जाईल, तसतशी विद्यापीठे दूरस्थ उपकरणे व गुंतागुंतीच्या सुविधांचा उपयोग करण्यास सक्षम होतील. आपण उच्च शिक्षणात अध्यापन, अध्ययन व संशोधन ज्या प्रकारे करतो, त्यामध्ये परिवर्तन घडवून आपले वेगळेपण निर्माण करणे आणि अंतिमत: संपूर्ण शिक्षण पद्धतीत सर्वांना समान उपलब्धता मिळवून देणे या गोष्टी या माध्यमातून साध्य होतील. बँडविड्थ असमतोल दूर करून ज्ञानसंपन्न समाजात सर्वांना समान स्तरावर आणते. आपल्याकडे ज्ञान-समृद्ध संस्था आहेत, मात्र राष्ट्रीय ज्ञानग्रीड निर्माण करण्यासाठी, आपण संपूर्ण देशाच्या विविध प्रदेशांत सर्वांना समान रूपात ज्ञान उपलब्ध होण्यासाठी ही संबद्धता निर्माण केली पाहिजे.

आरोग्य ग्रीड

वैद्यकीय क्षेत्रातील उच्च विशेषता प्राप्त व सामान्य चिकित्सा अशा दोन्ही विभागांतील विविध आरोग्य सुविधा संस्था परस्परांना जोडून 'राष्ट्रीय आरोग्य ग्रीड' स्थापन करण्याची आवश्यकता आहे. अशा 'आरोग्य ग्रीड'शी संबद्ध असलेल्या आरोग्यसुविधा प्रशिक्षण संस्था व वैद्यकीय संशोधन संस्था यांच्या नेटवर्कमधून उच्च विशेषता प्राप्त तज्ज्ञांमध्ये काही विशिष्ट 'केस'च्या संदर्भात

विचारांचे तसेच अनुभवांचेही आदान-प्रदान होऊ शकेल. शिवाय याद्वारे विविध केंद्रांतील तज्ज्ञ डॉक्टर्सची परिषद आयोजित करून, त्यामध्ये गंभीर आजारांच्या स्वरूपासंदर्भात व त्यावर उपचार करण्यासंदर्भात चर्चा घडवता येईल.

बँडविड्थ असमतोल दूर करून ज्ञानसंपन्न समाजात सर्वांना समान स्तरावर आणते.

ई-प्रशासन ग्रीड

जगातील बहुतांश देश उत्तम प्रशासन हे एक महत्त्वपूर्ण लक्ष्य मानतात आणि त्यांनी पारदर्शी सरकार निर्माण करण्यासाठी अनेक प्रकारच्या विशिष्ट उपाययोजनाही केल्या आहेत. इंटरनेट क्रांती हे उत्तम प्रशासन निर्माण करण्याचे जबरदस्त माध्यम असल्याचे सिद्ध झाले आहे, कारण या क्रांतीने कोणत्याही वेळी, कुठेही सेवा पुरवणे शक्य केले आहे. नागरिकांना सेवा पुरवणे हे सरकारचे प्रमुख कार्य मानले जाते. विशेषत: भारतासारख्या एक अब्ज लोकसंख्येच्या लोकशाही देशात ई-प्रशासनाने माहितीचा अखंड ओघ उपलब्ध करून घेतला पाहिजे आणि राज्य व केंद्र

सरकार दरम्यान माहितीचा अखंड प्रवाह निर्माण केला पाहिजे.

नमुन्यादाखल एक उदाहरण पाहू

माझ्या डोळ्यासमोर निवडणुकीचे दृश्य आहे. त्यामध्ये एक उमेदवार विशिष्ट मतदारसंघातून त्याची उमेदवारी दाखल करतो.

तत्क्षणी निवडणूक अधिकारी 'राष्ट्रीय नागरिक ओळख डाटाबेस' च्या आधारे त्याच्या अर्जाची सत्यता तपासून पाहतो. त्याची शैक्षणिक पात्रता विद्यापीठातील नोंदींवरून समजेल. त्याने ज्या ज्या लोकांसोबत काम केले आहे, त्या मालकांकडून त्याच्या नोकरीतील कालखंडाविषयी माहिती मिळेल. त्याची मिळकत व संपत्तीस्रोत यांविषयी आयकर खात्याकडून माहिती मिळेल. त्याच्या मालमत्तेविषयी देशभरातील भूमी अधिकाऱ्यांच्या नोंदीवरून माहिती मिळेल. त्याला नागरिक म्हणून असणारे भान व त्याचे वर्तन याबद्दल पोलिसांकडील गुन्हेगार नोंदी व न्यायव्यवस्थेकडून समजेल.

डिजिटल ग्रंथालय ज्ञानाचियेद्वारी सर्वांना सारखाच प्रवेश देते, मग ती व्यक्ती कोणत्याही ठिकाणची, कोणत्याही जातीची, संप्रदायाची, वर्णाची वा कोणत्याही आर्थिक स्तरातील असो.

हे सर्व तपशील विविध राज्ये व केंद्र सरकारच्या 'वेब सर्व्हिस डिरेक्टरीज' च्या साहाय्याने निवडणूक अधिकाऱ्याच्या संगणकावर अवघ्या काही सेकंदांत उमटले आहेत. या डिरेक्टरीत आवश्यक ती माहिती संकलित होत आहे व ती योग्य वेळी कसल्याही पूर्वग्रहाविना सादर केली जात आहे. कृत्रिम बौद्धिक सॉफ्टवेअरने उमेदवाराच्या पात्रतेचे विश्लेषण केले आहे आणि तो राजकारणी म्हणून किती यशस्वी होईल याचे गुणांकन केले आहे. अशा प्रकारे देशाच्या दूरवरच्या कोपऱ्यात बसलेला निवडणूक निर्णय अधिकारी उमेदवाराच्या पात्रतेसंबंधी निर्णय घेतोय व निवडणूक प्रक्रिया सुरू झालीय. सर्व मतदार आपापल्या घरात बसून 'व्हर्च्युअल' मतदान केंद्रांद्वारे मतदान करत आहेत.

हे केवळ स्वप्नच आहे का? हे वास्तवात उतरणे शक्य आहे? जर शक्य असेल, तर असे केव्हा घडेल? आपण आपल्या एक अब्ज जनतेला उत्तम प्रशासन देऊ शकतो का? प्रशासन सेवा पुरवठा पद्धती गतीमान करू शकेल? प्रशासन खऱ्या-खोट्या व्यवहारांतील भेद जाणू शकेल? प्रशासन खऱ्या मामल्यासंदर्भात तत्पर कारवाई करण्याची हमी देऊ शकेल व खोट्या व्यवहारांविरोधात दंडात्मक कारवाई करू शकेल? ई-प्रशासन हे सर्व आपल्या देशाला परवडण्याजोग्या दरात करू शकेल? जर आपण ही पद्धत अमलात आणू शकलो, तर मी त्याला खऱ्या अर्थाने नागरिकांसाठी असणारी ई-प्रशासन पद्धती म्हणेन. अशा प्रकारची पद्धती स्थापण्यासाठी आपल्याकडे विविध सरकारी

विभागांत - म्हणजे राज्य व जिल्हा प्रशासन, निवडणूक आयोग, विद्यापीठे, बँका, गृह/पोलीस खाते, विमा कंपन्या इ. विभागांत - उच्चस्तरीय 'बँडविड्थ ब्रॉडबॅन्ड कनेक्टिव्हिटी' आवश्यक आहे. यासाठी विविध संस्थांदरम्यान लंब व क्षितीजसमांतर ग्रीड्स स्थापन व्हायला हवीत, मग आपण त्यायोगे वास्तविकांचा (data) अखंड प्रवाह मिळवण्यासाठी माहितीचे आदानप्रदान करू शकतो व उत्तम प्रशासन निर्माण करण्याचे ध्येय साध्य करू शकतो.

डिजिटल ग्रंथालय लोकांना जोडण्याचे काम करते, त्यांच्यात फाटाफूट करण्याचे नाही.

ग्रामीण ग्रीड

माझ्या मनात ग्रामपंचायतींमध्ये 'ग्राम ज्ञान केंद्र' स्थापन करण्याचे स्वप्न आहे. या ग्राम ज्ञान केंद्राद्वारे खेडूत ज्ञानसंपन्न होतीलच, शिवाय हे केंद्र 'पुरा' (PURA) च्या म्हणजेच ग्रामीण भागात शहरी सुखसोयी पुरवण्याच्या (Providing Urban Amenities to Rural Areas) योजनेच्या सर्वंकष आराखड्याच्या परिघात खेडुतांसाठी ज्ञानसंबद्धता निर्माण करणारे स्थानिक केंद्र बनेल.

या ग्राम ज्ञान केंद्रांनी शेतकरी, मच्छिमार, कारागीर, व्यापारी, व्यावसायिक, उद्योजक, बेरोजगार तरुण व युवक अशांसारख्या लक्ष्याधारीत लोकसंख्येसाठी आवश्यक असणारी माहिती पुरवली पाहिजे. यामध्ये स्थानिक संदर्भात आवश्यक असणारी माहिती पुरवणे हा सर्वांत महत्त्वाचा घटक आहे. लोकांना साधी-सरळ माहिती हवी असते, पण त्यामुळे 'सिस्टिम इंटिग्रेटर्स' पुढे नेहमी मोठी समस्या उभी राहते, कारण त्यांना सतत 'डाटा' अद्ययावत करत राहावे लागते.

माहिती निर्माण करण्यासाठी अनुभवी, प्रशिक्षित लोकांची नेमणूक करावी लागेल. हे लोक खेडुतांना हवामान अंदाज, हवामानविषयक माहिती, तसेच मासे, कृषी व इतर ग्रामीण उत्पादनांसंबंधी 'मार्केटिंग डाटा' सोप्या शब्दांत समजावून देऊ शकतात. हा 'डाटा' विविध परस्परसंबद्ध संस्थांकडून मिळेल व त्याद्वारे लोकांना योग्य वेळेत सेवा मिळेल. मात्र सर्व 'डाटा' त्याचा उपयोग करणाऱ्यांच्या सोयीचा (User Friendly) बनवणे व

डिजिटल ग्रंथालय हे असे ठिकाण आहे की, जेथे भूतकाळ व वर्तमानकाळ यांचा संगम होतो व त्यातून भविष्य आकाराला येते.

तो नियमितपणे अद्ययावत करणे हे खरोखर आव्हान आहे. ग्राम ज्ञान केंद्राला आणखी एका बाबीकडे लक्ष पुरवावे लागेल, ती म्हणजे खेड्यांमध्ये विकासकार्ये हाती घेऊन, मोठ्या प्रमाणात रोजगारनिर्मिती घडवणाऱ्या ग्रामीण उद्योगांची उभारणी करण्यासाठी तरुणांना अधिकार प्रदान करणे. त्यामुळे ही केंद्रे उद्योग, बँकिंग व मार्केटिंग संस्था यांच्या माध्यमातून कौशल्ये व ज्ञान पुरवण्यास सक्षम असली पाहिजेत. कारण निरनिराळ्या घटकांचा उत्कृष्ट मिलाफ साधणारे (blended) ज्ञान अधिक समृद्ध असते.

विकसित देश घडवण्याचे ध्येय साकारताना

भारताचे एकूण भौगोलिक क्षेत्रफळ सुमारे ३३ लाख वर्ग किलोमीटर आहे. त्यामध्ये ७००० किलोमीटर लांबीचा समुद्र किनारा आहे. आपल्या देशात समुद्र सपाटीपासून ते ८६००मीटर उंचीपर्यंत विविध उंचीचे प्रदेश आहेत. भारतात कुठे वाळवंट आहे, तर कुठे दऱ्या-डोंगर, पर्वत, समुद्र किनारे, बेटे व पठारी प्रदेश आहेत. आपल्या देशातील एक अब्जावर लोकसंख्येपैकी ७०% जनता सहा लाख खेड्यांत राहते. भारताला नैसर्गिक व स्पर्धात्मक लाभ मिळालेले आहेतच, शिवाय काही आगळ्यावेगळ्या क्षमताही लाभल्या आहेत. पण या गोष्टी दूर-दूर विखुरलेल्या आहेत व त्याबाबत पुरेशी जाणीवही निर्माण झालेली नाही.

आपल्याला प्रगती घडवण्यासाठी सामाजिक परिवर्तन व चिरस्थायी विकास आवश्यक आहे. हे दोन्ही घटक विशिष्ट कालमर्यादेत प्रत्यक्षात साकार होण्याजोगे आहेत, फक्त त्यासाठी आवश्यकता आहे ती ज्ञानसंपन्न समाजाची निर्मिती होण्याची. केवळ एवढा एकमात्र घटक संपूर्ण देश मजबूत बनवेल.

भारतामध्ये ज्ञानसंपन्न समाज बनण्याची क्षमता आहे. हे ध्येय साध्य करण्याची गुरुकिल्ली म्हणजे इलेक्ट्रॉनिक्स व ज्ञान संबद्धता. एक अब्ज लोकांना परस्परांशी जोडण्याच्या कामात अनेक आव्हाने आहेत. पण आपल्याला भारताला विकसित देश बनवण्यासाठी या आव्हानांना तोंड देण्यास सज्ज व्हावे लागेल.[८]

विकसित भारताची उभारणी

आपण सर्वांनी असा देश निर्माण केला पाहिजे की, जो पृथ्वीवर वास्तव्य करण्यासाठी जी काही सर्वोत्तम ठिकाणे आहेत, त्यांपैकी एक असेल आणि जो अब्ज लोकांच्या चेहऱ्यांवर हास्य फुलवेल.[१]

विकसित भारताची उभारणी

देश कुणाही व्यक्तीपेक्षा मोठा असतो

स्वातंत्र्य चळवळीने 'देश कुणाही व्यक्तीपेक्षा वा कुठल्याही संघटनेपेक्षा मोठा असतो' ही संकल्पना निर्माण केली व ती जोपासली. पण गेल्या काही दशकांत या राष्ट्रीय भावनेला उतरती कळा लागली आहे. आज गरज आहे ती सर्व राजकीय पक्षांनी परस्परांशी सहकार्य करण्याची व आपल्यापुढे उभ्या असलेल्या एका प्रचंड मोठ्या प्रश्नाचे उत्तर देण्याची. तो प्रश्न म्हणजे, 'भारत विकसित देश कधी बनेल?'[१]

समाजाच्या सर्व घटकांनी एकात्म विचार करण्याची गरज आहे. आपण सर्वांनी विचार करण्याची व जाणून घेण्याची गरज आहे की, देश कुणाही व्यक्तीपेक्षा वा कुठल्याही संघटनेपेक्षा मोठा असतो. आपल्यापैकी बऱ्याच जणांची मनोधारणा आहे की, "आपण हे करू शकत नाही." तथापि देशभरातील विविध संस्थांमधील माझ्या अनुभवावरून आणि त्यांपैकी विशिष्ट ध्येयाने प्रेरित काही प्रकल्पांच्या फलनिष्पत्तीवरून दिसून आले आहे

की, आपण जेव्हा जेव्हा सुस्पष्ट लक्ष्य समोर ठेवून एखादे विशिष्ट ध्येय साध्य करायचे ठरवले आहे, तेव्हा तेव्हा आपण यशस्वी झालो आहोत. ही गोष्ट मी खाजगी व सार्वजनिक या दोन्ही क्षेत्रांत पाहिली आहे. आपण एखादे ध्येय ठरवले, तर त्यात नेहमीच यश मिळवले आहे.[३]

राष्ट्रीय अभिमानाची जाणीव बिंबवा

जेव्हा तुमच्यावर प्रसारमाध्यमे व अन्य माध्यमांद्वारे सांस्कृतिक हल्ले होतात, तेव्हा स्वत:ला सांस्कृतिक वरदानाची लेकरे समजा. आपण अनेक हल्ल्यांना तोंड दिले आहे, अनेक राज्यकर्त्यांनी आपल्यावर राज्य केले आहे, पण आज भारत आक्रमणमुक्त व स्वतंत्र बनला आहे. आपल्यावर एकापाठोपाठ एक आक्रमणे झाली. त्यातून आपण सर्वोत्तम सांस्कृतिक ठेवा आत्मसात केला आहे आणि जीवनाच्या प्रत्येक क्षेत्रात विविधता असणाऱ्या एक अब्ज लोकसंख्येचा देश सांभाळण्यासाठी थोर नेतृत्वगुण विकसित केले आहेत.[४] आता आपण कोणत्याही धर्माला अथवा कुणा धर्मवेड्या व्यक्तीला आपल्या देशाला धोका उत्पन्न करू देता कामा नये.

विकसनशील भारत ते विकसित भारत हे स्थित्यंतर आपल्या परिश्रमांतून घडेल.

आपली धर्मनिरपेक्षतेच्या सिद्धांताशी दृढ बांधिलकी असली पाहिजे. धर्मनिरपेक्षता आपल्या राष्ट्रीयत्वाचा पाया व आपल्या सांस्कृतिक शक्तीचे प्रमुख वैशिष्ट्य आहे. सर्वधर्मीय नेत्यांनी एकसारखाच संदेश दिला पाहिजे, ज्यातून आपल्या लोकांच्या मनात एकतेची भावना निर्माण होईल, तर लवकरच आपण आपल्या देशात सुवर्णयुग अवतरलेले पाहू.[५]

आपण अन्नधान्य उत्पादनात स्वयंपूर्ण आहोत, आपण आपले दूरसंचार उपग्रह बनवतो, दूर-संवेदी उपग्रहांचे प्रक्षेपण करतो. जेव्हा भारत आणिक अस्त्रे व क्षेपणास्त्रांनी संपन्न देश बनला, तेव्हा विकसित देशांनी आपल्यावर आर्थिक व तंत्रज्ञानविषयक निर्बंध लादले, मात्र आपण आपल्या कृषी, तंत्रज्ञानविषयक व औद्योगिक सामर्थ्यानिशी व सर्वांत महत्त्वाचे म्हणजे, आपल्या जनतेच्या धैर्यानिशी या परिस्थितीशी दोन हात केले. हेच धैर्य कायम ठेवा आणि ते गतिमानतेने बहुगुणित करा.

जगात अवतीभवती नजर टाकल्यावर कधीकधी तुम्हाला निराश वाटत असेल. आपण शेकडो विकसनशील देशांपैकी एक देश आहोत, आपण तथाकथित 'जी-८' राष्ट्रांच्या पंक्तीत नाही, याचा खेद वाटत असेल. अशा वेळी एक अब्ज प्रज्वलित भारतीय मने डोळ्यांसमोर आणा. हा पृथ्वीतलावरील, पृथ्वीच्या वरच्या स्तरातील व पृथ्वीच्या पोटातील इतर कोणत्याही साधनस्रोतांपेक्षा सर्वांत सामर्थ्यवान साधनस्रोत आहे. आपल्या परिश्रमातून विकसनशील भारत ते विकसित भारत हे स्थित्यंतर घडेल. हेच आहे 'मिलेनियम मिशन २०२०', विकसित भारत घडवण्याचे भव्यदिव्य स्वप्न![६]

पहिले स्वप्न

कोणताही देश त्या देशातील नागरिकांसारखाच असतो. देशाच्या जडणघडणीत त्या देशातील नागरिकांची नैतिक मूल्ये, जीवनमूल्ये व चारित्र्य प्रतिबिंबित होते.

१८५७ साली आपण स्वातंत्र्यप्राप्तीचे भव्य स्वप्न पाहिले. या स्वप्नाने परिवर्तन प्रक्रियेला प्रारंभ झाला. लोकांमध्ये देशभक्तीची जबरदस्त जाणीव निर्माण झाली आणि ते एकदिलाने, एकध्येयाने प्रेरित होऊन बलिदानास सज्ज झाले. जीवनाच्या प्रत्येक क्षेत्रात आपण परदेशी लोकांपेक्षा पुढे जावे व श्रेष्ठत्व प्राप्त करावे अशी आस अनेक भारतीयांच्या मनात होती. आत्म-अभिव्यक्तीची आवश्यकता निर्माण करणारी ही अपूर्व घटना– राष्ट्रीय चळवळी दरम्यान भारतीय तरुणांना जबरदस्त प्रेरणा देणारी ठरली. स्वत्वाने वागणे व आपणही काही कमी नाही हे पाश्चिमात्त्यांना दाखवून देणे हा राष्ट्रीय चळवळीचा भागच होता. स्वातंत्र्य चळवळीच्या पहिल्यावहिल्या स्वप्नाने राजकारण, सार्वजनिक जीवन, संगीत, काव्य, साहित्य अथवा विज्ञान अशा सर्वच क्षेत्रांत उच्च दर्जाचे नेतृत्व निर्माण केले.

दुसरे स्वप्न

आता स्वातंत्र्यप्राप्तीनंतर जवळपास सहा दशके उलटल्यानंतर, भारताने विकसित देश बनावे ही आकांक्षा जनमनात वाढत आहे. हे देशाचे दुसरे स्वप्न आहे. आपल्याला या आव्हानासाठी स्वत:ला कसे सज्ज करता येईल?[७]

स्वप्न ध्येयात रूपांतरित करताना

आपला देश दारिद्र्यरेषेखाली जीवन कंठणाऱ्या २६ कोटी लोकांचा जीवनस्तर उंचावण्याच्या प्रचंड मोठ्या आव्हानाला तोंड देत आहे. या लोकांना निवारा, अन्न, आरोग्य सुविधा व रोजगार मिळण्याची गरज आहे. आपला राष्ट्रीय 'ग्रॉस डोमेस्टिक प्रॉडक्ट' (GDP) दरवर्षी सुमारे ६ टक्क्यांनी वाढत आहे. मात्र अर्थशास्त्रज्ञांच्या मते, दारिद्र्यरेषेखाली जीवन कंठणाऱ्या लोकांचा जीवनस्तर उंचावण्यासाठी पुढच्या दशकभराहून अधिक काळ, आपल्या अर्थव्यवस्थेत दरवर्षी दहा टक्के वृद्धी व्हावी लागेल.

एकसंध कृती : भारतात एकसंध कृती घडवण्यासाठी प्रमुख क्षमता असणारी पाच क्षेत्रे निवडण्यात आली आहेत. कृषी व अन्नधान्य प्रक्रिया, विश्वासार्ह व दर्जेदार विद्युत शक्ती, भू-परिवहन व पायाभूत संरचना, शिक्षण व आरोग्य सुविधा, माहिती व दूरसंचार तंत्रज्ञान, आणि व्यूहरचनात्मक विभाग. ह्या पाचही क्षेत्रांचा परस्परांशी निकटचा संबंध आहे आणि या क्षेत्रांतील जलदगती विकास राष्ट्रीय, अन्नधान्यविषयक व आर्थिक सुरक्षेप्रत नेईल.[८]

विकासाची इंजिने : वाढत्या लोकसंख्येच्या गरजा भागवण्यासाठी देशाच्या नैसर्गिक व मानवी साधनस्त्रोतांच्या पूर्ण वापरावर भर दिला पाहिजे. आपल्या देशातील निम्मी जनता तरुण वर्गात मोडते व त्यांना अधिक चांगले जीवनमान मिळण्याची आकांक्षा आहे, ही गोष्टही आपण लक्षात ठेवली पाहिजे. कृषी, उत्पादन व सेवा उद्योग, राष्ट्रीय मध्यवर्ती क्षमता व तंत्रज्ञान या क्षेत्रांच्या मूल्यवर्धनाने अतिरिक्त उच्च उत्पन्न रोजगार सामर्थ्य निर्माण होईल. आपण पाच राष्ट्रीय उद्दिष्टांद्वारे विकासाची इंजिने गतिमान करू शकतो. ही उद्दिष्टे अशी - जल, ऊर्जा, शिक्षण व कौशल्ये, पायाभूत संरचना, आणि रोजगार निर्मिती. याद्वारे आपला देश दरवर्षी दहा टक्के GDP विकासदर गाठू शकेल.[९]

तरुणाईचा मोठा समावेश असणाऱ्या मानवी साधनसंपत्तीचा महासागर ही आपल्या देशाची अद्वितीय ताकद आहे.

विकसित भारताची रूपरेषा

माझ्या कल्पनेतील स्पर्धात्मक विकसित भारताची रूपरेषा अशी आहे.

कोणत्याही कंपनीची अथवा देशाची मौल्यवान संपदा म्हणजे तिथल्या माणसांचे कौशल्य, चातुर्य व कल्पकता होय.

* असा देश की, जिथे ग्रामीण व शहरी विभाग वेगळे करणारी रेषा पुसट असेल.
* असा देश की, जिथे ऊर्जा व शुद्ध पाण्याचे न्याय्य वितरण असेल.
* असा देश की, जिथे कृषी, उद्योग व सेवा क्षेत्र हातात हात घालून काम करतात, तंत्रज्ञान आत्मसात करतात आणि त्यायोगे चिरस्थायी संपत्तीनिर्मिती घडवतात. त्यामुळे अधिक रोजगार निर्मिती घडते.
* असा देश की, जिथे कोणत्याही लायक उमेदवाराला केवळ त्याच्या सामाजिक अथवा आर्थिक तफावतीमुळे शिक्षणापासून वंचित राहावे लागत नाही.
* असा देश की, जी जगभरातील सर्वांत बुद्धिमान विद्वज्जन व वैज्ञानिकांची पंढरी असेल.
* असा देश की, जिथे अब्ज लोकसंख्येसाठी सर्वोत्तम उपचार उपलब्ध असतील आणि जिथे एड्स/क्षयरोग अशा संसर्गजन्य रोगांचे, पाण्यातून व जीवाणुमळे होणाऱ्या आजारांचे, हृदयरोग व कर्करोगाचे नामोनिशाण असणार नाही.
* असा देश की, प्रशासन सर्वोत्तम तंत्रज्ञानाच्या वापराने, तत्पर प्रतिसाद देणारे, पारदर्शी, लोकांना सहज पोहोचता येणारे असेल. नियमांच्या चौकटी साध्या-सरळ असतील, आणि त्यामुळे हे प्रशासन भ्रष्टाचारमुक्त असेल.
* असा देश की, जिथे संपूर्ण दारिद्र्यनिर्मूलन घडलेलं असेल, निरक्षरता व महिलांवरील अत्याचार मुळासकट दूर झालेले असतील आणि समाजात एकोपा असेल.
* असा देश की, जिथे समृद्धी, आरोग्य, सुरक्षा, शांती व सुख-समाधान नांदत असेल.
* असा देश की, जो पृथ्वीवर वास्तव्य करण्यासाठी जी काही सर्वोत्तम ठिकाणे आहेत, त्यांपैकी एक असेल

आणि जो अब्जांवर लोकांच्या चेहऱ्यांवर हास्य फुलवेल. [१०]

लोकशाही माध्यमातून विकास

विकसित भारताचे स्वप्न संसदीय लोकशाहीच्या माध्यमातून साकारणे आवश्यक आहे. संसदीय लोकशाही हा आपल्या प्रशासन पद्धतीचा गाभा आहे. आपल्या घटनेची मूलभूत संरचना काळाच्या कसोटीवर खरी उतरली आहे. आपण आपल्या जनतेच्या व आपल्या देशाच्या हितासाठी घटनात्मक प्रक्रियांचा आदर करणे व त्यांना समर्थन देणे हे सर्वांत महत्त्वाचे कार्य आहे. भारत हा सहकारी संघराज्यवादाच्या चौकटीवर आधारलेला राज्यांचा संघ आहे. या सहकारी चौकटीच्या मर्यादेत राहताना राज्यांनी स्पर्धात्मक सामर्थ्य विकसित करण्याचीही गरज आहे, ज्यायोगे ती राज्ये राष्ट्रीय व जागतिक स्तरावर उत्कृष्ट ठरू शकतील. स्पर्धात्मक सामर्थ्य आर्थिक व व्यवस्थापकीय क्षमता वृद्धिंगत करण्यास साहाय्यकारी ठरतेच, शिवाय ते नवनव्या आव्हानांना तोंड देण्यासाठी सर्जनशीलतेला प्रोत्साहन देते. आजच्या झपाट्याने बदलणाऱ्या जगात तग धरून राहायचे व समृद्धी साधायची, तर या बाबी अत्यावश्यक आहेत. जगण्याच्या स्वांतत्र्यामध्ये कृती स्वातंत्र्य, विचार स्वातंत्र्य व अभिव्यक्ती स्वातंत्र्य हे घटक खोलवर अंतर्भूत आहेत; आपल्या घटनेमध्येही त्यांचा समावेश आहे. राज्याराज्यांदरम्यान अथवा कोणत्याही प्रदेशांदरम्यान जाण्यायेण्यास अडसर असू शकत नाहीत. कारण त्यामुळे एकतेचे सूत्रच हरवून जाईल. आपण सर्वांनी विकासात्मक कार्यांची विनाव्यत्यय प्रगती होण्यासाठी पोषक वातावरणनिर्मिती घडवण्यासाठी एकजुटीने प्रयत्न केले पाहिजेत.

आपण यापूर्वी कित्येक दशके जे काही केले, ते त्याच पद्धतीने पुढे चालू ठेवणे हा प्रगतीचा मार्ग नव्हे.

दारिद्र्य निर्मूलनाचे व बेरोजगारी दूर करण्याचे उद्दिष्ट ठेवून जलद विकास घडवतानाच प्रत्येक भारतीयाने राष्ट्रीय सुरक्षा हा राष्ट्रीय प्राधान्याचा मुद्दा मानला पाहिजे. भारताला आर्थिक, सामाजिक व लष्करीदृष्ट्या खऱ्या अर्थाने मजबूत व आत्मनिर्भर बनवणे हे आपले आपल्या मातृभूमी, स्वतः व आपल्या भावी पिढ्यांप्रती सर्वांत महत्त्वाचे कर्तव्य आहे. [११]

सर्व जनतेला मूल्यपद्धतीयुक्त दर्जेदार शिक्षण देण्याने भ्रष्टाचारमुक्त समाज निर्माण होऊ शकेल. मात्र अशी शिक्षण पद्धती निर्माण करणे ही आव्हानात्मक समस्या आहे. त्यासाठी रूढ चाकोरीबाहेरची, निराळी उकल शोधणे आवश्यक आहे. तंत्रज्ञान व समाजातील बदलांप्रती संवेदनशील असणाऱ्या न्यायपद्धतीमध्ये सर्वांना समान व न्याय्य प्रवेश, देशभरात प्रदूषणमुक्त व ऊर्जेची बचत करणारी शहरी वाहतूक यंत्रणा यासुद्धा तितक्याच आव्हानात्मक समस्या आहेत, त्यांच्याकडेही ताबडतोब लक्ष देण्याची निकड आहे. अशा आव्हानांना यशस्वीपणे तोंड देण्यासाठी धोरणात्मक निर्णय व सुयोग्य कृती यांच्या चिरा घडवाव्या लागतील. २०२० सालापर्यंत विकसित भारताचा प्रासाद उभा करण्यासाठी याच चिरांची गरज आहे.[१२]

नैसर्गिक साधनस्रोतांच्या सामर्थ्याचा उपयोग

देशाचे सामर्थ्य मुख्यत्वे त्याच्या नैसर्गिक व मानवी साधनस्रोतांत वसलेले असते. नैसर्गिक साधनस्रोतांच्या संदर्भात सांगायचे, तर भारताला विस्तृत किनारपट्टीचे वरदान लाभलेले आहे. हा प्रदेश सागरी साधनस्रोत व तेलाने समृद्ध आहे. खनिजांच्या संदर्भात, पारंपरिक साधनसंपदेखेरीज, भारतात मौल्यवान धातू, खनिजे व कोळसा यांचा सर्वांत मोठा साठा आहे ही गोष्ट सुपरिचित आहे. समृद्ध जैवविविधतेच्या संदर्भात भारत अग्रणी राष्ट्रांच्या पंक्तीत आहे.

या नैसर्गिक साधनस्रोतांचे ज्ञानाधारित मूल्यवर्धन करणे याचाच अर्थ आहे, आपल्या देशाला समृद्धी बहाल करणे, आणि केवळ कच्च्या मालाचे उत्पादन व निर्यात करण्यावर न थांबता, मूल्यवर्धित उत्पादनांची निर्मिती व निर्यात करणे. दूरशिक्षण, ई-प्रशासन व मार्केटिंग या माध्यमातून माहिती-तंत्रज्ञानाचा व्यापारदृष्ट्या उपयोग केला, तर आपला परीघ व गती प्रचंड वाढू शकेल.

प्राचीन ज्ञान हा आपल्या देशातील एक अपूर्व साधनस्रोत आहे. आपल्या या सामर्थ्याचा वापर राष्ट्रीय हितसंवर्धन व आपले

जागतिक अस्तित्व ठळक करणे या दोन्ही गोष्टींसाठी करणे आवश्यक आहे.

लोकविकास

मोठ्या प्रमाणात तरुणाईचा समावेश असणारा मानवी साधनस्रोतांचा विशाल सागर हे आपल्या देशाचे अपूर्व सामर्थ्य आहे. शिक्षण व प्रशिक्षणाच्या माध्यमातून, विशेषत: सेवा क्षेत्रे व कृषी उद्योग क्षेत्रांतील अकुशल मनुष्यबळ कौशल्यसंपन्न बनू शकेल, व सर्जनशील संपत्ती-निर्माणकर्ते घडू शकतील. आपल्या चालू उद्योगांमध्ये उच्चस्तरीय सॉफ्टवेअर व हार्डवेअरशी संबंधित व्यक्तींची गरज निर्माण करून त्यामधून ज्ञानाधारित उद्योग निर्माण करता येतील, ज्यायोगे प्रचंड मूल्यवर्धन घडेल. असे म्हटले जाते की, 'कोणत्याही कंपनीची अथवा देशाची मौल्यवान संपदा म्हणजे तिथल्या माणसांचे कौशल्य, चातुर्य व कल्पकता होय.' जागतिकीकरणामुळे हा मुद्दा अधिकच महत्त्वाचा होईल. कारण आता प्रत्येकालाच जागतिक दर्जाचे तंत्रज्ञान उपलब्ध असेल, त्यामुळे निरनिराळ्या देशांतील लोक या तंत्रज्ञानाचा सर्वोत्तम वापर करून घेण्यासाठी त्यांचे कल्पक कौशल्य कसे पणाला लावतात, हेच महत्त्वपूर्ण वैशिष्ट्य ठरेल. विकास व बहुविध तंत्रज्ञानाचा नवउपक्रमशीलतेने केलेला उपयोग, त्या जोडीला ध्येयाधारित प्रकल्प व पारदर्शी व्यवस्थापन संरचना या गोष्टींच्या आधारे भारत विकसित देश बनण्याची भरारी घेईल.[१३]

ग्रामीण भारताचा कायापालट

भारतात सहा लाख खेड्यांत सुमारे ७० कोटी लोक वास्तव्य करतात. शहरी-ग्रामीण ही दरी मिटवण्यासाठी, रोजगार निर्मिती घडवण्यासाठी व ग्रामीण भागाची समृद्धी होण्यासाठी ही खेडी संपर्कमाध्यमातून जोडली जाणे व ग्रामीण भागातील सर्व घटकांना आर्थिक संधी उपलब्ध करून देणे, ही तातडीची गरज आहे. आपण यापूर्वी कित्येक दशके जे काही केले, ते त्याच पद्धतीने पुढे चालू ठेवणे हा प्रगतीचा मार्ग नव्हे.

आपण सर्वांनी विचार करण्याची व जाणून घेण्याची गरज आहे की, देश कुणाही व्यक्तीपेक्षा वा कुठल्याही संघटनेपेक्षा मोठा असतो.

आपण खेड्यापाड्यांत त्यांचे स्वतंत्र अस्तित्व टिकवून ठेवतानाच, त्यांचे समूह करून संबद्धता वाढवण्यासाठी नववने उपाय योजले पाहिजेत.

ग्रामीण भारताला समृद्धी मिळवून देण्यासाठी काही एकसंध पद्धती :

आपण सर्वांत एकत्रितपणे अशी सकारात्मक मनोवृत्ती भिनवायला हवी की, आपण आपल्या देशासाठी काय करू शकतो, ज्यायोगे आपण आपल्यालाच लाभ मिळवून देऊ शकू?

* दर्जेदार रस्ते व वाहतूक व्यवस्था यांच्या माध्यमातून खेड्यांच्या समूहांचा भौतिक संपर्क स्थापन करणे.
* ग्रामीण प्रदेशांत शहरी भागातून व इंटरनेट किऑस्कद्वारे, उच्च बँडविड्थ फायबर ऑप्टिक केबल्सच्या मदतीने दूरसंचार माध्यमातून इलेक्ट्रॉनिक संबद्धता निर्माण करणे.
* शिक्षणाच्या माध्यमातून ज्ञानसंबद्धता, शेतकरी, कारागीर, कुशल कारागिरांना प्रशिक्षण व उद्योजकता विकास कार्यक्रम.

संपर्क निर्माण करण्याच्या या तीन पद्धतींद्वारे आर्थिक संपर्क निर्माण होईल. बँका, अल्पकर्ज योजना यांच्या मदतीने उद्योग सुरू करता येईल व उत्पादनांच्या मार्केटिंगद्वारे आर्थिक संपर्क वाढेल. या एकसंध पद्धतीमुळे स्थानिक स्तरावर अंमलबजावणीचे अधिकार असणारी व्यवस्थापकीय संरचना निर्माण होईल आणि प्रशासनाच्या कार्यपद्धतीत सुलभता आल्यामुळे व्यवहारावरील खर्चात बचत होईल.[१४]

जीवनमूल्ये व मनोवृत्ती

सर्व नागरिकांची शिस्तबद्ध कृती ही आज काळाची गरज आहे. यामुळे सुजाण नागरिक निर्माण होतील. कोणताही देश त्या देशातील नागरिकांइतकाच चांगला असतो. देशाच्या व्यवस्थेत त्या देशातील नागरिकांची नैतिक मूल्ये, जीवनमूल्ये व त्यांचे चारित्र्य प्रतिबिंबित होते. हे निर्णायक महत्त्वाचे घटक एखादा देश प्रगतीपथावर आगेकूच करणार की साचल्याप्रमाणे आहे त्याच ठिकाणी राहणार हे ठरवतात. त्यामुळे देशातील प्रत्येक नागरिकाच्या मनात चिरंतन मूल्यांची जाणीव रुजवण्याची गरज आहे. तो किंवा ती, प्रत्येकाच्या मनावर शिस्त बिंबवण्याची गरज आहे. शिक्षण पद्धतीने अगदी प्राथमिक स्तरापासूनच या मुद्यावर लक्ष केंद्रित केले पाहिजे. नागरिकांमध्ये शिस्त

भिनवण्यासाठी, सरकारी व खाजगी अशा दोन्ही प्रकारच्या सर्व शिक्षण संस्थांमध्ये, उच्च माध्यमिक अथवा पदवी शिक्षणादरम्यान आपल्या सर्व तरुणांना किमान अठरा महिन्यांचे सक्तीचे एन.सी.सी. प्रशिक्षण देण्याची गरज आहे असे मला वाटते.

आपण सर्वांनी आपल्या दैनंदिन जीवनात प्रामाणिकपणा, निष्ठा व सहिष्णूता ही मूल्ये आचरणात आणली पाहिजेत. त्यामुळे आपल्या राजकारणाचा स्तर मुत्सद्देगिरीपर्यंत उंचावेल. आपण सर्वांनी एकत्रितपणे अशी सकारात्मक मनोवृत्ती भिनवायला हवी की, आपण आपल्या देशासाठी काय करू शकतो, ज्यायोगे आपण आपल्यालाच लाभ मिळवून देऊ शकू? आपल्या पूर्वजांनी जे काही केले आणि आपल्यासाठी मागे ठेवले, त्याचा आपल्याला भरपूर लाभ झालेला आहे. आता भावी पिढ्यांसाठी सकारात्मक वारसा - ज्यासाठी आपण सर्व जण स्मरणात राहू असा - मागे ठेवणे हा आपला अधिकार व जबाबदारी आहे.[१५]

सामूहिक प्रयत्न

एकदा शाळकरी मुलांच्या भेटीत मी त्यांना विचारलं की, 'विकसित भारताचं मिशन' याबद्दल तुम्हाला काय कळलं आहे?

त्यावर एका छोट्या मुलानं उत्तरादाखल एक गोष्ट सांगितली. एकदा जंगलात प्रचंड वणवा पेटला. सर्व प्राणी-पक्षी वेडेपिसे होऊन धावू लागले, पण एक छोटुकला पक्षी मात्र जवळच्या एका खड्ड्यातून चोचीतून पाणी घेऊन आला आणि त्यानं ते पाणी आगीच्या लवलवत्या ज्वालांवर ओतलं.

ते पाहून आगीला हसू आलं. ती म्हणाली, "आत्ता या वणव्यातून जीव वाचवून पळायचं सोडून तू हा मूर्खपणा कसला करतोयस?" त्यावर तो पक्षी उत्तरला, "सगळ्या प्राण्यांनी आणि पक्ष्यांनी माझ्यासारखंच पाणी आणून तुझ्यावर ओतलं, तर इथं अख्खा महासागरच तयार होईल. मग तुला विझून जायला कितीसा वेळ लागेल!"

गोष्टीच्या तात्पर्याप्रमाणे, प्रत्येक नागरिकानं भारताला समृद्ध व विकसित देश बनवण्यासाठी आपला खारीचा वाटा उचलणं

भावी पिढ्यांसाठी सकारात्मक वारसा – ज्यासाठी आपण सर्व जण स्मरणात राहू असा- मागे ठेवणे हा आपला अधिकार व जबाबदारी आहे.

अतिशय महत्त्वाचं आहे. मला त्या मुलाची भावना फार आवडली. माझी खात्री आहे की, आपल्या देशातील ५४ कोटी तरुण हातात हात घालून कामाला लागले, तर २०२० सालाच्या कितीतरी आधीच भारत विकसित देश बनेल.''[१६]

हे परमेश्वरा, या देशातील लोकांच्या
मनात अशा भावना व कृती निर्माण कर,
की ते एकोप्यानं राहतील.

हे परमेश्वरा, लोकांना आशीर्वाद दे
की, ते सदाचरणी जीवनमार्ग निवडतील,
कारण सदाचरण माणसाच्या व्यक्तिमत्त्वाला
सामर्थ्य बहाल करते.
देशातील सर्व धार्मिक नेत्यांना साहाय्य कर,
दुही माजवणाऱ्या शक्तींविरुद्ध लढा देण्यासाठी
लोकांना शक्ती देण्यास त्यांना प्रवृत्त कर.
लोकांमध्ये निरनिराळ्या सिद्धांतांचा आदर

करण्याची वृत्ती निर्माण कर आणि व्यक्ती,
संघटना व देश यांच्यामधील वैरभाव दूर करून मैत्रिपूर्ण
सलोखा निर्माण करण्यासाठी मार्ग दाखव.
'देश कुणा व्यक्तीपेक्षा मोठा असतो' ही
भावना नेत्यांमध्ये व लोकांमध्ये रुजव.
हे परमेश्वरा, लोकांना आशीर्वाद दे
दीर्घ निश्चयी प्रयत्न करण्याचा,
देश शांत व समृद्ध बनवण्याचा
आणि विश्वशांतीसाठी प्रयत्न करण्याचा.[१७]

सुजाण नागरिकत्व

सुजाण नागरिकत्वाचे तीन घटक असतात : मूल्याधारित शिक्षण पद्धती, आध्यात्मिक शक्तीमध्ये रूपांतरित होणारा धर्म, आणि विकासाच्या माध्यमातून आर्थिक समृद्धीची निर्मिती.[१]

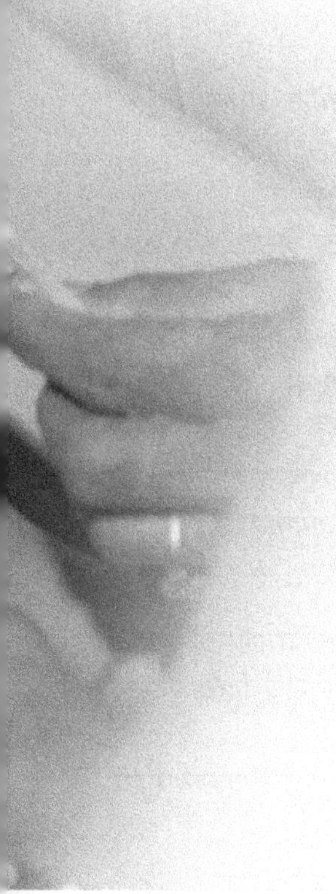

सुजाण नागरिकत्व

ईश्वराची निर्मिती

माणूस म्हणून जन्माला येणं दुर्मिळ असतं
अव्यंग रूपात जन्माला येणं त्याहूनही दुर्मिळ असतं
अव्यंग रूपात जन्माला आलं, तरी
ज्ञान व शिक्षण लाभणं दुर्मिळ असतं
ज्ञान व शिक्षण लाभलं, तरी
मानवजातीची सेवा करणं आणि
स्वत:ला चिंतनातून उच्च स्तरावर नेणं
त्याहूनही दुर्मिळ असतं
एखाद्या माणसाचं असं निस्पृह दैवी आयुष्य असेल,
तर अशा संपन्न आत्म्याच्या स्वागतासाठी
स्वर्गाची दारं खुली होतात...

तामिळ कवी अवैयार यांच्या या कवितेत परमेश्वराची सर्वांत मौल्यवान निर्मिती असणाऱ्या मानवी जीवनाचं दिव्य स्वरूप अतिशय सुंदर शब्दांत व्यक्त केलं आहे.[१]
समृद्ध, सुखी-समाधानी व शांतीपूर्ण समाज घडण्यासाठी

आपल्याला आवश्यकता आहे ती युद्धापासून मुक्ती मिळण्याची, आपल्या मनातल्या व बाहेरच्या अशा दोन्ही युद्धांपासून. आणि सर्वांत महत्त्वाचं म्हणजे आवश्यकता आहे. ती लोकांना काही देण्याची व त्यांना समर्थ बनवण्याची क्षमता असणाऱ्या मानवी मनाची. सुजाण नागरिकाला पदवी प्रदान करताना, त्या अभ्यासप्रक्रियेत तीन घटकांचा समावेश असणं गरजेचं आहे. ते म्हणजे मूल्याधारित शिक्षण पद्धती, अध्यात्माभिमुख धर्म आणि भारताला विकसित देश बनवण्यास साहाय्यभूत ठरणारी दूरदर्शी धोरणं.[३]

मूल्याधारित शिक्षण पद्धती

समाजाच्या विविध घटकांच्या सबलीकरणाद्वारे जीवनाप्रती आदराचा तत्त्वज्ञानपर विचार प्रत्यक्ष कृतीत उतरवता आला, तर जीवनाप्रती आदरभाव निर्माण होणे नक्कीच शक्य आहे.

मुलांच्या व्यक्तिमत्त्वाला शाळेतच आकार लाभतो. त्यासाठी वातावरण निर्माण करण्याचे सर्वांत महत्त्वपूर्ण काम शाळा करत असते. वय वर्षे पाच ते सतरा या वयोगटातील मुले जवळजवळ २५००० तास शाळेत घालवतात. मुलांमध्ये इतरांना देण्याचे नीतिमूल्य अशासारखे प्रश्न रुजवले पाहिजेत. 'माझ्या शिक्षणाचा इतरांना काय लाभ होऊ शकेल? मी माझ्या स्वत:च्या विकासासाठी व त्याच वेळी इतरांच्या आणि देशाच्या विकासासाठी कसे योगदान देऊ शकतो?'

आपण आपली सांस्कृतिक घडण व आपली मूल्यपद्धती ध्यानात ठेवून मुलांमध्ये नैतिक विकास घडवण्यासाठी संघभावना, न्याय्य रीतीने वागणे, सहकार्य, योग्य पद्धतीने काम करणे व योग्य काम करणे, कठोर परिश्रम व स्वत:पलीकडे जाऊन, त्यापेक्षा मोठ्या गोष्टीप्रती बांधिलकी मानणे अशांसारखी मूल्ये बिंबवू शकतो.[४]

आध्यात्मिक शक्तीत रूपांतरित होणारा धर्म

मला राजकोटचे बिशप रेव्ह. फादर ग्रेगरी कॅरोटेम्प्रेल सीएमआय यांनी ख्राईस्ट कॉलेजच्या उद्घाटनाला बोलावले होते. उद्घाटनसमारंभाआधी बिशपनी मला त्यांच्या घरी येण्याचं आमंत्रण दिलं. त्यांच्या घरी प्रवेश करताच, मला एखाद्या तीर्थक्षेत्री गेल्यासारखं वाटलं. तिथं एक अपूर्व प्रार्थनागृह होतं, त्यामध्ये

आपण सर्वांनी प्रत्येक व्यक्तीच्या अधिकारांच्या संरक्षणासाठी आपलं वर्तन सुसंस्कृत बनवण्याच्या दृष्टीने शक्य ते सर्व प्रयत्न व कठोर मेहनत केली पाहिजे.

सर्व धर्मांचं सूत्र गुंफलेलं होतं, त्याचबरोबर सर्वधर्मीय भावनांचा आदर केलेला होता. बिशप महोदय मला त्या प्रार्थनागृहाचा अर्थ सांगत असतानाच, तिथून जवळच असलेल्या स्वामीनारायण मंदिरातूनही मला तिथं येण्याचं आमंत्रण आलं. मी रेव्ह. फादर ग्रेगरींना त्याविषयी सांगताच ते म्हणाले की, मी पण तुमच्याबरोबर तिथं येतो.

आम्ही मंदिरात पोहोचलो, तेव्हा दुपार झाली होती. एरवी या वेळी मंदिर बंद असतं, पण त्या दिवशी ते मंदिर खास आमच्यासाठी खुलं ठेवण्यात आलं होतं. आम्ही मंदिराच्या गाभाऱ्यात गेलो. तिथं भगवान श्रीकृष्णाच्या तेजोमयी मूर्तीचं दर्शन घेतलं. तिथं आमच्या कपाळावर तिलक लावण्यात आला. रेव्ह. फादर ग्रेगरी, अब्दुल कलाम व वाय. एस. राजन या सर्वांच्या कपाळावर तिलक झगमगत होता. हे केवढं विलक्षण दृश्य होतं! हा प्रसंग आपल्या देशातील विविध धर्मांना जोडणाऱ्या सूत्राची ताकद दर्शवतो व विलक्षण आध्यात्मिक अनुभव देतो.[५]

प्रत्येक धर्माचे दोन घटक असतात, धार्मिक उपदेश व आध्यात्मिक ज्ञान. अनुकंपा व प्रीती यांनी युक्त आध्यात्मिकता एकात्म ध्येय म्हणून विरघळून गेली पाहिजे.[६]

अरविंद आश्रमाच्या माताजींचे शब्द आपल्याला अध्यात्माभिमुख धर्माची दिशा दाखवतात. "मी कोणत्याही देशाची नाही, संस्कृतीची नाही, समाजाची नाही, वंशाची नाही, तर मी ईश्वरी शक्तीची आहे. मी कुणा मालकाची, कुणा राज्यकर्त्याची, कुठल्या कायद्याची, कुठल्याही सामाजिक परंपरेची आज्ञा मानत नाही, मी फक्त परमेश्वराची आज्ञा मानते."[७]

आर्थिक समृद्धी

आपण २०२० सालापर्यंत भारताला विकसित देश बनवण्याची प्रतिज्ञा केली आहे. हे ध्येय साकार करण्यासाठी आपण सामाजिक परिवर्तनाला पूरक ठरतील अशी सुयोग्य धोरणे व कायदे अमलात आणण्याची गरज आहे. विकासासाठी प्रमुख मध्यवर्ती क्षेत्रे व कार्यक्रम ठरवण्यात आले आहेत. त्या संदर्भात एकात्म

कृतीने विकासाची गंगा दारी येईल. आता हे कार्यक्रम एकात्म, ठरावीक कालमर्यादेत व किफायतशीर मार्गाने अमलात आणणे, त्याजोडीने नागरिकांना आवश्यक त्या सेवा न्याय्य पद्धतीने सहज-सुलभतेने पुरवणे हे आव्हान आपल्याला स्वीकारावे व पार पाडावे लागेल.[८]

विश्वबंधुत्वासाठी जागतिक दृष्टिकोन

या पृथ्वीतलावरील प्रत्येक मनुष्यप्राण्याला सन्मानाने जगण्याचा

अधिकार आहे, विशेष मान मिळण्याची महत्त्वाकांक्षा ठेवण्याचा अधिकार आहे. हा सन्मान व विशेष मान मिळवण्यासाठी योग्य व न्याय्य साधनांची बहुउपलब्धता म्हणजेच लोकशाही होय. आपली घटनाही हेच सांगते. आणि याचमुळे खऱ्याखुऱ्या व मजबूत लोकशाहीमध्ये जीवन हितकारक व राहण्यायोग्य बनते. इतरांच्या मतांबद्दलची वाढती असहिष्णुता आणि इतरांच्या जगण्याच्या पद्धतीबाबतचा वा त्यांच्या धर्माबद्दलचा अनादर किंवा बेकायदेशीर हिंसाचाराच्या मार्गाने भेदाभेद ठळक करणे या गोष्टींचे कोणत्याही संदर्भात समर्थन होऊ शकत नाही. आपण सर्वांनी प्रत्येक व्यक्तीच्या हक्कांच्या रक्षणासाठी आपले वर्तन सुसंस्कृत बनवले पाहिजे आणि त्यासाठी कठोर व शक्य ते सर्व परिश्रम घेतले पाहिजेत. हा लोकशाही मूल्यांचा मूलभूत पाया आहे.[९]

युद्धांचा सामना

माणूस युद्धांवर जगतो ही गोष्ट स्पष्टच आहे. आपण युद्धकाळाचे तीन भाग करू शकतो. १९२० सालापर्यंत, १९२० ते १९९० सालापर्यंत आणि १९९० सालानंतर. यातील पहिला भाग होता मानवी युद्धकालाचा. मानवी युद्धामागे एकतर प्रदेश बळकावण्याची हाव होती. नाहीतर संपत्तीसाठी अथवा धार्मिक वर्चस्व प्रस्थापित करण्यासाठी ही युद्धे होत असत. पुढे या सगळ्या एकत्रित कारणांसाठी १९१४ साली पहिले जागतिक महायुद्ध झाले.

दुसऱ्या टप्प्यामध्ये म्हणजे सन १९२० ते १९९० या दरम्यान यांत्रिकी युद्धकाळ अवतरला. या टप्प्यात जगात नव्या यांत्रिक शस्त्रांचा व रणगाडे, लढाऊ विमाने, पाणबुड्या अशा माध्यमांचा वापर सुरू झाला. या युद्धाला दोन समाजांतील सैद्धांतिक संघर्ष कारणीभूत होता. पूर्वीचा सोव्हिएत संघ एका बाजूला आणि अमेरिका व त्याचे सहयोगी देश दुसऱ्या बाजूला. दुसऱ्या जागतिक महायुद्धाने जपानच्या दोन शहरांवर अणुबॉम्बच्या हल्ल्याने माजवलेला हाहाकार पाहिला. शिवाय परिणामी दोन्ही बाजूंनी १०,००० आण्विक शस्त्रे जमवली.

१९९० सालापासूनच्या तिसऱ्या टप्प्यात जागतिकीकरणाच्या दिशेने निघालेले आर्थिक युद्ध सुरू आहे. तंत्रज्ञानातील सर्वश्रेष्ठतेतून तंत्रज्ञान नाकारणे व निर्बंध यांचा जन्म झाला, त्यातूनच 'विकसित', 'विकसनशील' व 'अविकसित' अशी देशांची वर्गवारी झाली. आता जग एका नव्या प्रकारच्या युद्धाला तोंड देत आहे, ते म्हणजे धार्मिक संघर्ष, सैद्धांतिक मतभेद व आर्थिक बाजारपेठ यांचे एकत्रित युद्ध. पारंपरिक युद्धाची भीती, सीमेपलीकडून होणारा दहशतवाद, बंडखोरी व आण्विक हल्ल्यांची भीती अशा सर्व गुंतागुंतीच्या, एकत्रित संकटाचा मुकाबला आपण कसा करणार आहोत?

जेव्हा प्रत्येक नागरिक सन्मानाने समृद्ध जीवन जगण्याइतका सबल होईल, तेव्हाच देशात सुखसमृद्धी व शांती नांदेल.

दहशतवादाची कारणे

तात्त्विक मतभेद, धर्मांधता, विविध संघटना व देशांदरम्यान

भेदाभेद व फाटाफूट अशांसारख्या निरनिराळ्या कारणांमुळे दहशतवादाचा जन्म होतो. सततच्या वंचनेतून नैराश्य निर्माण होते. निराशेला चिथावले की, त्यातून दुजाभाव निर्माण होतो. दुजाभाव दोन रूपांत प्रकट होतो - निष्क्रिय व सक्रिय. सक्रियता रचनात्मक व विध्वंसक अशा दोन्ही रूपांत व्यक्त होऊ शकते. त्यापैकी रचनात्मक सक्रियतेतून विकास घडतो, तर विध्वंसक सक्रियतेतून दहशतवाद, हिंसाचार व कुरापतींना सुरुवात होते. काही देश सीमेपलीकडील दहशतवादाला प्रचंड खतपाणी घालत आहेत. आपण या उपद्रवी शक्तींना तोंड देण्यासाठी एकत्रित प्रयत्न करण्याची गरज आहे. त्यासाठी राष्ट्रीय विकासाची दूरदर्शी धोरणे आखायला हवीत व त्या लक्ष्याधारित प्रकल्पांची कठोर परिश्रमाने अंमलबजावणी करायला हवी.

मला याक्षणी एका पौर्णिमेच्या रात्री लिहिलेली माझी कविता आठवते. त्या पौर्णिमेच्या चांदण्या रात्री माझ्या ईश्वराचा दैवी प्रतिध्वनी ऐकू येत होता. त्याच आवाजाने मला व माझ्या जातीला कवेत घेतले.

हे मानवा,
तुझी जाती
ही माझी सर्वोत्तम निर्मिती आहे.
तू जगत राहशील, जगत राहशील
तू देत राहशील, देत राहशील
जोवर तू मानवी आनंदात व दुःखात
एकोप्यानं आहेस तोवर.
माझा परमानंद तुझ्यात निर्माण होईल.
प्रेम संपूर्ण आहे, अनंत आहे
हेच मानवतेचं ध्येय आहे.[१०]

सुजाण नागरिकाधिष्ठित समाज

दुसऱ्या जागतिक महायुद्धानंतर संयुक्त राष्ट्रांची स्थापना झाली. त्यामागचा उद्देश होता देशादेशांदरम्यान शांतता प्रस्थापित करणे आणि तंटे सोडवणे, ज्यायोगे देशादेशांदरम्यान युद्धाची ठिणगी

पडू नये. मात्र आज संपूर्ण जग साक्षीदार आहे की, संयुक्त राष्ट्रसंघ असूनही दोन मोठी एकतर्फी युद्धे झाली. त्यामुळे आपल्याला अशा जागतिक संस्थेची गरज आहे की, ज्यायोगे देशादेशांदरम्यान शांती, समृद्धी व ज्ञानप्रसार होऊ शकेल. त्यामध्ये एखाद्या विशिष्ट देशाच्या आर्थिक स्तराचा संबंध असणार नाही. या नव्या जागतिक संस्थेचे स्वप्न साकार करण्याचे काम या पृथ्वीतलावरील बहुसंख्य सुजाण नागरिक करतील.

पृथ्वीतलावर आपली आव्हाने

पृथ्वीतलावर सहा अब्ज लोकांचे मोठे आव्हान आहे. पाण्याची टंचाई, वाढत्या वायुप्रदूषणामुळे निर्माण होणारे आजार, प्राचीन सामग्री व इतर नैसर्गिक साधनस्त्रोतांचे व लागवडीयोग्य उपलब्ध जमिनीचे घटते प्रमाण आणि सर्व नागरिकांना समान संधींच्या उपलब्धतेचा अभाव, अशी अनेक आव्हाने आहेत. अनेक देश दहशतवादाच्या शिरकाव्याने निर्माण केलेल्या समस्येला तोंड देत आहेत. या पृथ्वीवरची तरुणाई संधी व सुख-समाधान-संपन्न भूमीत जगण्याचे स्वप्न पाहते. आपण हेही पाहिले आहे की, केवळ काही मोजक्या देशांच्या आर्थिक समृद्धीच्या बळावर जगात चिरस्थायी शांती निर्माण झालेली नाही. कोणताही देश एकट्याच्या जोरावर या परिस्थितीला तोंड देण्यास सक्षम नाही. मानवजातीला सौर ऊर्जा मिळवण्यासाठी, समुद्राच्या पाण्यावर 'डिसॅलिनेशन' प्रक्रिया करून ते पिण्यायोग्य बनवण्यासाठी व इतर ग्रहांवरील खनिजे प्राप्त करण्यासाठी भव्य अभियान छेडावे लागेल. त्यानंतरच सध्या देशादेशांदरम्यान चालू असलेले संघर्ष बिनमहत्त्वाचे व असमर्थनीय ठरतील. सुजाण नागरिकाधिष्ठित समाजाचे नवे 'मॉडेल' विकसित करण्यात भारत महत्त्वपूर्ण भूमिका बजावू शकतो. ज्यायोगे जगातील सर्वच देशांना समृद्धी, शांती व सुख - समाधान लाभेल.[११]

या पृथ्वीतलावर वंचित जीवन जगणाऱ्या लोकांसाठी माझ्या मनात चौसूत्री स्वप्न आहे.

* तंत्रज्ञान व शिक्षण यांवर आधारित सामाजिक, आर्थिक

चळवळ उभारणे, ज्यायोगे सुरक्षित व विकसित देश निर्माण करण्याचे उद्दिष्ट साध्य होईल.

नव्या वैश्विक संस्थेचे भव्य स्वप्न या धरतीवर सुजाण नागरिक विपुल प्रमाणात निर्माण करेल.

* विकसनशील समाजातील बहुसंख्यांना दारिद्र्यात खितपत ठेवणाऱ्या अन्याय्य अर्थव्यवस्थेतून त्या लोकांची मुक्तता करणे व त्यांना नवसंजीवनी देणे.
* नव्या ज्ञानप्रकाशत परंपरांचे पुनरुज्जीवन करून त्याद्वारे सर्व मानवजातीचे जीवन अधिक उत्तम, जोमदार व उदात्त बनवणे.
* विसाव्या शतकात मानवाची मती कुंठित करणाऱ्या व त्याला मनस्ताप देणाऱ्या समस्यांचे उत्तर शोधण्याच्या दिशेने प्रयत्न म्हणून मनामनांच्या तारा जुळवणे.[१२]

हरवलेल्या बकरीची गोष्ट

बायबलमध्ये हरवलेल्या बकरीची गोष्ट आहे. त्या गोष्टीमध्ये असा भाग आहे की जीझस ख्राईस्ट विचारतात, "समजा तुमच्याजवळ शंभर बकऱ्या आहेत आणि त्यातली एक बकरी हरवली, तर तुम्ही काय कराल? तुम्ही त्या नव्व्याण्णव बकऱ्यांना शेतात सोडाल आणि त्या हरवलेल्या बकरीच्या शोधार्थ बाहेर पडाल, बरोबर? आणि जेव्हा तुम्हाला ती हरवलेली बकरी सापडेल, तेव्हा तुम्ही इतके खूश व्हाल की, तुम्ही तिला खांद्यावर बसवून घरी आणाल. मग तुम्ही मित्रमंडळींना, शेजारपाजाऱ्यांना बोलावून म्हणाल, 'मला माझी हरवलेली बकरी सापडलीय, चला आपण मस्त मेजवानी करून हा आनंद साजरा करू या."

त्या मेंढपाळाच्या दृष्टीनं जशी ती हरवलेली बकरी सर्वांत महत्त्वाची होती, तसंच आपल्या देशातील प्रत्येक नागरिकासाठी या गोष्टीतून एक संदेश मिळतो, तो म्हणजे तुमच्या घराच्या आजूबाजूला असं एखादं घर असेल की, तिथं दिव्याची ज्योत उजळलेलीच नाही. कृपया त्या घरात प्रकाश उजळण्यास साहाय्य करा. त्याचबरोबर शिक्षकांनाही शेकडो हुशार मुलं भेटत असतील, पण काही मुलांना प्रेमळपणे शिकवण्याची गरज असेल. सर्व शिक्षकांनी अशी मुलं हेरून त्यांना ज्ञानदान केलं पाहिजे. माझ्या

देशातील नेत्यांनो, तुम्हाला अनेक लोक भेटत असतील, तुम्ही त्यांना मदत करत असाल; पण तुम्ही अशा लोकांना शोधलं पाहिजे की, ज्यांना तुमची आत्यंतिक गरज आहे, तुम्ही त्यांना मुख्य प्रवाहात आणलं पाहिजे. सार्वजनिक प्रशासनात काम करणाऱ्या व्यक्तींनी प्रत्येक माणसाला सेवा देण्यावर कटाक्ष ठेवला पाहिजे व त्या प्रत्येक माणसाच्या मनात 'आपल्याला सहृदयतेनं सेवा मिळाली' अशी भावना निर्माण झाली पाहिजे. त्याचबरोबर न्यायव्यवस्थेतील लोकांनीही अशा लोकांचा शोध घेतला पाहिजे की, जे या व्यवस्थेपर्यंत पोहोचूसुद्धा शकत नाहीत. त्याला कारणीभूत आहेत न्यायव्यवस्था व नागरिक यांच्या दरम्यानचे अनेक पोलादी दरवाजे. राष्ट्रीय विकासातील भागीदार या नात्याने प्रसारमाध्यमांनी आपल्या लोकांचे यश - मग ते मच्छिमारी, कृषी, कारागिरीतली अथवा ग्रामीण क्षेत्रातील एखादी कर्तबगारी असं कोणत्याही प्रकारचं असो – साजरं केलं पाहिजे. भव्य जागतिक स्तरावर स्तुतीपात्र भारतात ग्रामीण वास्तवाचं छोटं विश्व नांदतं, ही गोष्ट प्रसारमाध्यमांनी टिपली पाहिजे.

जेव्हा प्रत्येक नागरिक सबल होईल, तेव्हाच त्याला समृद्ध व सन्मानाचं आयुष्य लाभू शकेल आणि तेव्हाच राष्ट्रीय व जागतिक शांती व समृद्धी निर्माण होईल.[१३]

"मी कोणत्याही देशाची नाही, संस्कृतीची नाही, समाजाची नाही, वंशाची नाही, तर मी ईश्वरी शक्तीची आहे. मी कुणा मालकाची, कुणा राज्यकर्त्याची, कुठल्या कायद्याची, कुठल्याही सामाजिक परंपरेची आज्ञा मानत नाही, मी फक्त परमेश्वराची आज्ञा मानते."

सबलीकरण

जीवनाप्रती आदराची भावना खऱ्या अर्थाने वास्तवात निर्माण होणे तेव्हाच शक्य आहे, जेव्हा ती समाजाच्या विविध घटकांच्या सबलीकरणाद्वारे प्रत्यक्ष कृतीत उतरवली जाईल. जेव्हा मातापिता एखाद्या लहान मुलाला त्याच्या वाढीच्या निरनिराळ्या टप्प्यांवर सबल बनवतात, तेव्हा त्या मुलाची जबाबदार नागरिक म्हणून जडणघडण होते. जेव्हा एखादा शिक्षक ज्ञान व अनुभवाने समृद्ध बनतो, तेव्हा जीवनमूल्यांप्रती निष्ठा ठेवणाऱ्या उत्तम तरुण पिढीचा उदय होतो. जेव्हा एखादी व्यक्ती अथवा एखादी टीम तंत्रज्ञान-समृद्ध होते, तेव्हा कर्तृत्व सिद्ध करण्यासाठी सामर्थ्य वृद्धिंगत होते. जेव्हा एखाद्या खेड्यातला नेता तेथील

सुजाण नागरिकत्वासाठी शपथ

* मी जो व्यवसाय पत्करीन, त्यावर प्रेम करीन आणि त्यामध्ये उत्कृष्टता साध्य करण्याचा प्रयत्न करीन.
* मी आजपासून कमीतकमी दहा लोकांना लिहायला व वाचायला शिकवेन.
* मी दहा रोपे/झाडे लावीन व त्यांच्या वाढीकडे लक्ष देईन.
* मी शहरी व ग्रामीण भागात जाऊन तिथल्या किमान पाच लोकांना व्यसने व जुगाराच्या सवयींपासून मुक्ती देईन.
* मी आजारी माणसांची वेदना दूर करण्याची जबाबदारी घेईन.
* मी मूल्याधारित शिक्षण पद्धती व धर्माचे आध्यात्मिक शक्तीत रूपांतरण यांच्या मदतीने भारताचे आर्थिक सामर्थ्य मजबूत करण्याचे ध्येय साकार करण्याच्या प्रयत्नांत सहभागी होईन.
* मी जात अथवा भाषेच्या आधारावर कोणत्याही भेदभावाला समर्थन देणार नाही.
* मी भ्रष्टाचारामुक्त प्रामाणिक आयुष्य जगेन व इतरांसाठी पारदर्शी जीवनपद्धतीचे आदर्श उदाहरण बनेन.
* मी मानसिक व शारीरिकदृष्ट्या विकलांग लोकांचा सदैव मित्र बनेन व त्यांना सामान्य जीवनाची अनुभूती मिळण्यासाठी कठोर प्रयत्न करेन.
* मी माझ्या देशाच्या व देशबांधवांच्या यशाचा आनंद साजरा करेन.[१५]

लोकांचे सबलीकरण करतो, तेव्हा देशात बहुविध क्षेत्रांत परिवर्तन घडवू शकणारे नेतृत्व जन्माला येते. जेव्हा धर्माचे सबलीकरण होऊन तो आध्यात्मिक शक्ती बनेल, तेव्हा लोकांच्या मनात शांती व समाधानाचा बहर फुलेल. सुजाण नागरिकांच्या ज्ञानसामर्थ्याच्या आधारे, विविध स्तरांवर सबलीकरण करण्याच्या माध्यमातून विकसित भारताचे स्वप्न साकार होणार आहे.[१४]

सर्जनशील नेतृत्व

सर्जनशील नेतृत्व म्हणजे सेनापती ते प्रशिक्षक, व्यवस्थापक ते सल्लागार, संचालक ते प्रतिनिधी आणि सन्मानाची अपेक्षा ठेवणारा ते आत्मसन्मानाची भावना ठेवणारा, अशा प्रकारे पारंपरिक भूमिकांत परिवर्तन घडवण्याचे महान कार्य होय.[१]

सर्जनशील नेतृत्व

नेतृत्वाची गरज

'विकसित भारत' घडवण्यासाठी कोणत्या गोष्टींची गरज आहे? आपल्याकडे नैसर्गिक साधनस्रोत व मनुष्यबळ आहे. आपल्या देशातील एक अब्ज लोकसंख्येपैकी ७० कोटी लोक पस्तीस वर्षांच्या आतील वयोगटातील आहेत. भारताला गरज आहे तरुण नेतृत्वाची! अशा नेतृत्वाची की जे भारताला विकसित देश बनवण्यासाठी आवश्यक परिवर्तनाला योग्य दिशा देऊ शकेल. नेते नव्या उत्कृष्ट संघटनांचे निर्माते असतात. गुणवान नेते चुंबकासारखे असतात, ते एखाद्या संघटनेत 'टीम' तयार करताना सर्वोत्तम लोकांना आकर्षित करतात. आणि हे नेते अपयशी कालखंडातसुद्धा स्फूर्तिदायी नेतृत्व करतात. कारण ते धोके पत्करायला कधीच घाबरत नसतात. जो इतरांना, 'तुम्ही माझ्यासाठी काय करू शकता?' असं न विचारता, आपण इतरांना काय देऊ शकतो याचा विचार करतो, तो खरा नेता होय.[१]

नेत्याची गुणवैशिष्ट्ये

जून, १९८३ सालची गोष्ट आहे. मी त्यावेळी 'डिफेन्स रिसर्च डिझाईन लॅबोरेटरी' (DRDL)मध्ये कार्यरत होतो. त्या दरम्यान 'इंटिग्रेटेड गायडेड मिसाईल डेव्हलपमेंट प्रोग्रॅम' ला मंजुरी मिळणार होती आणि प्रत्येक क्षेपणास्त्रासाठी - म्हणजे पृथ्वी, अग्नी, आकाश, त्रिशूल व नाग या प्रत्येक क्षेपणास्त्रासाठी - स्वतंत्र प्रकल्प संचालकाची निवड होणार होती. या प्रतिष्ठेच्या पदांसाठी अनेक अनुभवी शास्त्रज्ञ स्पर्धेत होते. त्यांच्यापैकी काही जण अगदी वरिष्ठ व वयाची पन्नाशी ओलांडलेले होते. या प्रकल्पांचं नेतृत्व करण्यासाठी सर्वांत योग्य व्यक्तीची निवड करणं सोपं व्हावं यासाठी आम्ही एक अनोखी पद्धत वापरली. मी 'प्रकल्प संचालकां'च्या निवडीचे निकष निश्चित करण्यासाठी डीआरडीएलच्या व्यवस्थापन समितीची बैठक बोलावली आणि व्यवस्थापन समितीच्या प्रत्येक सदस्याला सांगितलं की, तुम्हाला प्रकल्प संचालक पदासाठी जे गुणवैशिष्ट्य सर्वांत आवश्यक वाटतं, ते तुम्ही समोरच्या फळ्यावर लिहा.

गुणवान नेते चुंबकासारखे असतात, ते सर्वोत्तम लोकांना आकर्षित करतात.

त्याप्रमाणे प्रत्येक सदस्यानं फळ्यावर एकेक गुणवैशिष्ट्य लिहिलं, तेव्हा अंतिमत: जी यादी तयार झाली ती अशी :

* ही व्यक्ती रॉकेट इंजिनिअरिंग वा सिस्टिम इंजिनिअरिंगमधील पदव्युत्तर शिक्षणप्राप्त अथवा डॉक्टरेट असावी.
* या व्यक्तीने क्षेपणास्त्र विभागातील एखाद्या तंत्रज्ञानात अथवा व्यवस्थापनात उत्कृष्ट कार्य केलेले असावे.
* ही व्यक्ती क्षेपणास्त्र प्रणालीची उत्तम रचनाकार असावी.
* ही व्यक्ती संघभावनेने काम करणारी, म्हणजेच 'टीम पर्सन' असावी.
* या व्यक्तीमध्ये या प्रकल्पाच्या टीमशी व या प्रकल्पात सहभागी असणाऱ्या इतर घटकांशी उत्तम सूर जुळवण्याची क्षमता असावी.
* या व्यक्तीचा कमीतकमी दहा वर्षे सेवाकाल बाकी असावा, म्हणजे प्रकल्प संचालक पदावर कार्यरत असताना ही व्यक्ती क्षेपणास्त्र विकासाकडे लक्ष पुरवून,

त्यांना उत्पादनाच्या टप्प्यापर्यंत यशस्वीपणे नेऊ शकेल.

* या व्यक्तीची सचोटी संशयातीत असावी.

मग आम्ही या सर्व गुणवैशिष्ट्यांबाबत एकत्रित चर्चा केली, त्या वेळी सदस्यांचं मत पडलं की, क्षेपणास्त्र विभागातील एखाद्या तंत्रज्ञानात अथवा व्यवस्थापनात उत्कृष्ट कर्तबगारी दर्शविणाऱ्या व्यक्तीची विश्वासार्हता हे पहिलं अत्यावश्यक गुणवैशिष्ट्य असावं. दुसरं आवश्यक गुणवैशिष्ट्य म्हणजे प्रकल्प संचालक क्षेपणास्त्रांचं रचना आरेखन करून ती उत्पादनाच्या टप्प्यावर नेण्याइतका तरुण असावा. तिसरा मुद्दा म्हणजे या व्यक्तीची सचोटी संशयातीत असावी.

अशा प्रकारे प्रकल्प संचालक पदासाठी फक्त चाळीस वर्षांखालील व ही दोन गुणवैशिष्ट्यं असणाऱ्या शास्त्रज्ञांचाच विचार करायचा असा निकष ठरवण्यात आला.[३]

मी कु.दर्शना प्रकाशम या तरुणीतील उमलतं नेतृत्व पाहिलं होतं. अमेरिकत शिकणाऱ्या या शाळकरी मुलीशी माझी राष्ट्रपती भवनात भेट झाली होती. ती अमेरिकेत शिकत असूनही, ती तिच्या मातृभाषेत – तामीळमध्ये - अस्खलितपणे बोलते, तिचं तामीळवर प्रभुत्व आहे.

जो इतरांना, "तुम्ही माझ्यासाठी काय करू शकता?", असं न विचारता आपण इतरांसाठी काय देऊ शकतो याचा विचार करतो, तो खरा नेता होय.

ती भारतीय ग्रामीण मुलांना दर्जेदार शिक्षण मिळण्यासाठी, त्यासंबंधी एखादा प्रकल्प हाती घेण्यास अतिशय उत्सुक आहे. या प्रकल्पामध्ये आपल्यासोबत सहभागी होण्यासाठी इतर मुलांना तयार करण्याचा व या प्रकल्पासाठी आवश्यक असणारा निधी संकलित करण्याचा तिला आत्मविश्वास आहे. तिच्या मते, नेत्यामध्ये चौदा गुण असायला हवेत – प्रामाणिकपणा, आशावाद, दृढ निश्चय, दूरदर्शीपणा, निर्णयशक्ती, समस्यांची उकल करण्याची क्षमता, धैर्य, थोडक्यात खूप अर्थ व्यक्त करण्याची क्षमता, एकत्र काम करण्याची वृत्ती, उत्तेजन, सहकार्य करण्याची वृत्ती, तळमळ, सार्वजनिकरीत्या भाषण देण्याचं कौशल्य व संघटनकौशल्य.

दर्शनाला बालशिक्षण कार्यक्रमाचं समन्वयक व्हायचं आहे. ती म्हणते, या कार्यक्रमात काय शिकवायचं व ते कसं शिकवायचं ते मी ठरवेन. तिला या कार्यक्रमातील सर्व महत्त्वपूर्ण निर्णय

अंमलात आणण्याबरोबरच, स्वयंसेवकांच्या अध्यापनावरही लक्ष ठेवायचं आहे. तिचा प्रस्ताव आहे की, ग्रामीण व शहरी या दोन्ही विभागातील लहान मुलांना शिकवण्याची क्षमता असणारे अनेक स्वयंसेवक तयार केले पाहिजेत. या मुलांना शिक्षण दिल्यानंतर याच मुलांनी खेड्यातील इतर मुलांना शिकवायचं, असाही तिचा प्रस्ताव आहे.

हा कार्यक्रम मुख्यत्वे लहान गावांतल्या व खेड्यांतल्या अशा मुलांसाठी असेल, की ज्यांना नेतृत्व कौशल्य शिकण्याची व स्वत:मधील अधिकाधिक गुण प्रकट करण्याची संधीच मिळत नाही. दर्शनाला वाटतं की, नेतृत्वकौशल्य शिकणं अंकगणित किंवा साहित्यविषयक ज्ञान मिळवण्याइतकं सोपं नाही. दर्शना प्रकाशम हे आदर्श उदाहरण आहे. अनेक मुलं तिचा आदर्श समोर ठेवून नेतृत्वाची धुरा सांभाळू शकतील व अनेक उद्योग निर्माण करू शकतील.[४]

खरा नेता भविष्याचा दूरवर वेध घेतो

१९६२ साली माझी 'इस्रो' (इंडियन स्पेस रिसर्च ऑर्गनायझेशन) मध्ये नियुक्ती झाली. माझ्याकडं विविध प्रकारचे ध्वनी उत्पन्न करणाऱ्या रॉकेट्सची पेलोड्सवर चाचणी करण्याचं काम होतं. माझ्याकडे जे महत्त्वाचे प्रकल्प सोपवण्यात आले होते, त्यांपैकी एक होता, वातावरणाच्या वरच्या स्तरातील अभ्यासासाठी एक्सरे पेलोडसह नोज-कोनची पायरो-जेट्टीसनिंग यंत्रणा तयार करणं. मी जेट्टीसनिंग यंत्रणेची कार्यक्षमता तपासण्यासाठी अनेक चाचण्या केल्या होत्या आणि प्रो. विक्रम साराभाई त्रैमासिक आढावा भेटीसाठी येतील,तेव्हा त्यांच्यासमोर मी या यंत्रणेची यशस्वी चाचणी करून दाखवेन असा मला ठाम विश्वास वाटत होता. प्रो. विक्रम साराभाईंची भेट ही नेहमीच मोठी घटना असायची आणि प्रत्येक जण त्यांच्यासमोर आपली बुद्धिमत्ता सिद्ध करण्यासाठी आधीपासूनच तयारी करत असायचा. मी प्रयोगचाचणीसाठी दोन पेलोड्ससह तयारी करत होतो. प्रो. साराभाई आले, त्यांच्यासमोर चाचण्या झाल्या, पण अतिशय उद्विग्न करणारी गोष्ट घडली. माझी पहिली चाचणी अयशस्वी

खरा नेता त्याच्यासमवेत काम करणाऱ्या सर्व लोकांना यशाचे श्रेय देतो, अपयश मात्र स्वत:च्या पदरात घेतो.

ठरली. माझ्यापाशी अगदी थोडा अवधी होता, तेवढ्या वेळेत मी पुन्हा पुन्हा यंत्रणा तपासून पाहिली, पण माझी दुसरी चाचणीही अपयशी ठरली. प्रो. विक्रम साराभाई एकही शब्द न बोलता तिथून निघून गेले. मला प्रचंड धक्का बसला होता. मी रात्रभर झपाटल्यासारखा काम करत होतो. मी अपयशाची कारणं शोधून एक हस्तलिखित अहवाल तयार केला. माझ्या लक्षात आलं होतं की, या अपयशामागं दर्जा व विश्वासार्हतेशी निगडित समस्या आहे.

दुसऱ्या दिवशी सकाळी निरोप आला. मला प्रो. विक्रम साराभाईंनी भेटायला बोलावलं होतं. मी अतिशय अस्वस्थ होतो. आता आपल्याला अपयशाच्या कारणांचं स्पष्टीकरण द्यावं लागणार असं वाटत होतं. मी त्यांच्या दालनात पोहोचलो, तेव्हा प्रो. साराभाईंच्या प्रेमळ स्मितानं माझं स्वागत केलं. त्यांनी मला एक कागद दिला, ते होतं रॉकेट इंटिग्रेशन लॅबोरेटरीचं मंजुरी पत्र! अशा प्रकारे 'लॉन्च व्हेईकल' कार्यक्रमांसाठी 'सिस्टिम इंटिग्रेशन लॅबोरेटरी'ची पायभरणी झाली.[५]

सच्चा नेता अपयश स्वतःच्या पदरात घेतो

दोन दशकांपूर्वी मी 'इस्रो' मध्ये कार्यरत होतो, त्या वेळी मला जे सर्वोत्तम शिक्षण मिळालं, तसं शिक्षण कुठल्याही विद्यापीठात मिळू शकत नाही. प्रो. सतीश धवन यांनी माझ्यावर रोहिणी उपग्रहाला कक्षेत ठेवण्यासाठी पहिलं सॅटेलाईट लाँच व्हेईकल (- SLV-3) विकसित करण्याचं काम सोपवलं होतं. हा १९७३ साली हाती घेतलेल्या भव्य उच्च तंत्रज्ञानयुक्त अवकाश कार्यक्रमांपैकी एक होता. अवकाश तंत्रज्ञानविषयक कार्यातील अवघा समुदाय हे शिवधनुष्य पेलण्यास उमेदीनं सज्ज झाला होता. हजारो शास्त्रज्ञ, अभियंते, तंत्रज्ञ दिवसरात्र काम करत होते. अखेर १० ऑगस्ट, १९७९ च्या सुप्रभाती पहिल्या SLV-3 चं प्रक्षेपण झालं. त्यानं अवकाशात झेप घेतली, पहिला टप्पा व्यवस्थित पार पडला, मात्र दुसऱ्या टप्प्यात नियंत्रण यंत्रणा बिघडली आणि या मोहिमेचं उद्दिष्ट साध्य झालं नाही.

या घटनेनंतर श्रीहरीकोटा इथं एक पत्रकार परिषद बोलावली होती. प्रो. धवन यांनी मला तिथं नेलं होतं. त्या पत्रकार परिषदेत त्यांनी जाहीर केलं की, मी या मोहिमेच्या अपयशाची संपूर्ण जबाबदारी स्वीकारतो. खरं तर मी प्रकल्प संचालक व मोहीम संचालक होतो, तरीसुद्धा!

त्यानंतर १८ जुलै, १९८० रोजी आम्ही SLV-3 चं पुन:प्रक्षेपण केलं. या वेळी मात्र आम्हाला रोहिणी उपग्रहाला कक्षेत आणण्यात यश मिळालं. त्यानंतर पुन्हा पत्रकार परिषद झाली. या पत्रकार परिषदेत प्रो. धवन यांनी प्रसारमाध्यमांना यशोगाथा सांगण्यासाठी मला पुढं केलं.

आयुष्यात काही महान गोष्टी साध्य करण्याची तुमची महत्त्वाकांक्षा असेल, तर तुम्ही विशालहृदयी असणे आवश्यक आहे.

मी या घटनेतून शिकलो की, खरा नेता त्याच्यासमवेत काम करणाऱ्या सर्व लोकांना यशाचं श्रेय देतो, अपयश मात्र स्वत:च्या पदरात घेतो. हे खरं नेतृत्व होय. भारतातील वैज्ञानिक समुदायाचं भाग्य आहे की, त्यांना अशा अनेक सच्च्या नेतृत्वांसोबत काम करण्याची संधी लाभली आहे, परिणामी थोर वैज्ञानिक प्रकल्प सिद्धीस गेले आहेत.[६]

खरा नेता इतरांच्या यशाचा आनंद साजरा करतो

नोबेल पारितोषिक विजेते, सुप्रसिद्ध कृषी शास्त्रज्ञ प्रो. नॉर्मन बोरलॉग यांना सन २००५ च्या डॉ.एम. एस. स्वामीनाथन पुरस्कारानं सन्मानित करण्यात आलं. त्यानिमित्त दिल्लीच्या विज्ञान भवनात आयोजित करण्यात आलेल्या शानदार समारंभात सर्व उपस्थितांनी त्यांची मुक्त कंठानं प्रशंसा केली.

त्यानंतर ते भाषणाला उभे राहिले. ते भाषणात भारताच्या कृषी विज्ञान व उत्पादन क्षेत्रातील प्रगतीचा विशेष उल्लेख करून म्हणाले की, द्रष्टे राजकारणी श्री. सी. सुब्रह्मण्यम व कृषी शास्त्रज्ञ डॉ. एम.एस. स्वामीनाथन भारताच्या पहिल्या हरितक्रांतीचे मुख्य शिल्पकार होते. भारतात धवलक्रांतीची मुहूर्तमेढ रोवणाऱ्या डॉ. वर्गीस कुरियन यांचाही त्यांनी अभिमानानं उल्लेख केला. यानंतर एक आश्चर्य घडलं! डॉ. बोरलॉग श्रोतृवृंदाकडं वळले. तिथं तिसऱ्या, पाचव्या व आठव्या रांगेत बसलेल्या गहू-तज्ज्ञ डॉ. राजाराम, मका-तज्ज्ञ डॉ.एस.के. वसल व बियाणे-तज्ज्ञ

डॉ. बी. आर. बरवाले यांच्याकडं निर्देश करून त्यांनी हरितक्रांतीत या सर्व शास्त्रज्ञांचं योगदान घडल्याचं सांगितलं, आणि या शास्त्रज्ञांना उभं राहण्याची विनंती केली. सर्व श्रोत्यांना त्यांचा परिचय करून दिला. त्यांनी असं वातावरण निर्माण केलं की, सर्व श्रोत्यांनी या तीन शास्त्रज्ञांचं अतिशय उत्साहानं, टाळ्यांच्या गजरात स्वागत व कौतुक केलं. मी आपल्या देशात कधीही असा प्रसंग पाहिला नाही.

मी डॉ. नॉर्मन बोरलॉग यांची ही कृती वैज्ञानिक विशालहृदयीपणाचं उदाहरण मानतो. ही खऱ्या नेतृत्वाची खूण आहे. आयुष्यात काही महान गोष्टी साध्य करण्याची तुमची महत्त्वाकांक्षा असेल, तर तुम्ही विशालहृदयी असणं आवश्यक आहे.[७]

नुकतंच मी एक पुस्तक वाचलं. त्यामध्ये महासागरात हरवलेली एक पाणबुडी, संबंधित संस्थेचं व्यवस्थापन कशी शोधून काढते याचं वर्णन आहे. ही पाणबुडी हरवल्याचं व्यवस्थापनाच्या

लक्षात येतं, तेव्हा ते चार तज्ज्ञांची बैठक बोलावतात. त्यामध्ये अनेक कल्पना मांडल्या जातात. पण या कल्पनांच्या आधारे पाणबुडीचा शोध सुरू होतो, तेव्हा काहीच हाती लागत नाही. त्यानंतर वरिष्ठ व्यवस्थापन व्यापक शोधमोहीम हाती घेण्यासाठी संस्थेच्या निरनिराळ्या विभागांत कार्यरत असलेल्या सर्वच्या सर्व चाळीस लोकांची बैठक बोलावतं. या सर्व चाळीस लोकांना शोधकार्याच्या दिशेने प्रगती होण्यासाठी एकेक मार्ग शोधायला सांगतात. परिणामी ज्या चाळीस सूचना येतात, त्यातून पाच पर्याय समोर येतात. या पर्यायांवर आधारित, पाच समांतर टीम्स तैनात करून शोध कार्याला प्रारंभ होतो, आणि अखेर ती हरवलेली पाणबुडी सापडते.

थोर मन व थोर हृदय हातात हात घालून चालतात.

'इस्रो' आणि 'डीआरडीओ' सारख्या आपल्या भारतीय वैज्ञानिक संस्थांमध्ये अशाच प्रकारचं, समस्यांची उकल करणारं तंत्र अनुसरलं जातं. या संस्थांतील कार्यक्रमांच्या आढावा बैठकांना विविध भागांतले तज्ज्ञ उपस्थित राहतात, त्यामुळे नेमकी समस्या क्षेत्रे ठरवता येतात व त्यावर समाधानकारक उपाय योजनाही शोधता येतात.[८]

नैतिक नेतृत्व

खरा नेता नैतिक नेतृत्व प्रदान करतो. नैतिक नेतृत्वात दोन गोष्टी अंतर्भूत असतात. पहिली -त्यासाठी मानवी जीवनस्तर

सुधारण्यासाठी, आता आहे त्यापेक्षा भविष्यात माणूस अधिक चांगल्या परिस्थितीत असेल, अशी जबरदस्त स्वप्ने वा ध्येये ठेवण्याची क्षमता आवश्यक असते.

दुसरी -त्यासाठी योग्य गोष्टी करण्याची व इतरांनाही त्या करण्यास प्रवृत्त करण्याची वृत्ती आवश्यक असते.[९]

उद्योजकशील नेतृत्व

नैतिक नेतृत्वासाठी लोकांनी योग्य गोष्टी करणे आवश्यक असते, तर उद्योजकशील नेतृत्वासाठी लोकांनी योग्य रीतीने कार्य करण्याची सवय अंगी बाणवणे आवश्यक असते.

सुप्रसिद्ध 'हॉटमेल'चे नवउद्योजक सबीर भाटिया यांच्याशी माझी भेट झाली होती. त्या वेळी त्यांनी अतिशय इंटरेस्टिंग आकडेवारी सांगितली. ते म्हणाले की, अमेरिकेत नव्वद टक्के संपत्ती लघुउद्योगांद्वारे निर्माण केली जाते. हे उद्योग पन्नासपेक्षा कमी लोकांना कामावर नेमतात. तिथे सरकार अशा संस्थांच्या विकासाला प्रोत्साहन देते.

उद्योजकशील नेतृत्वाचे तीन भाग असतात.

देशामध्ये सर्जनशील नेत्यांचे प्रमाण जितके जास्त, तितकी 'विकसित भारता'सारखी भव्यदिव्य स्वप्ने साकार होण्याची शक्यताही जास्त.

पहिला : विकासाच्या संदर्भात समस्या शोधणे व त्यांची उकल करणे. आपल्या गरजा जाणून घेणे व मनुष्यप्राणी म्हणून आपल्या सर्वांच्या गरजा सारख्याच आहेत ही गोष्ट लक्षात घेणे, या जाणिवेपासून उद्योजकशीलतेला प्रारंभ होतो. आपण जसे स्वत:ला साहाय्य करतो, तसेच इतरांनाही करण्याच्या इच्छेतून उद्योजकशीलतेचा उगम होतो.

दुसरा : धोके पत्करण्याची तयारी. उद्योजकशीलतेसाठी निराळ्या पद्धतीने कार्य करण्याची, धाडसी विचार करण्याची गरज असते आणि हे नेहमीच धोक्याचं असतं. तुम्ही अधिक मोठा लाभ मिळण्यासाठी धोके जोखण्याची कला आत्मसात केली पाहिजे.

तिसरा : योग्य पद्धतीने कार्य करण्याची वृत्ती.[१०]

उद्योजकामध्ये आवश्यक असणारी प्रमुख गुणवैशिष्ट्ये म्हणजे उत्कट इच्छा, प्रेरणा, शिस्त व दृढ निश्चय.

भावी उद्योजकांमध्ये पुढील महत्त्वपूर्ण गुण असले पाहिजेत. जर

त्यांच्यामध्ये हे गुण नसतील, तर त्यांनी ते स्वतःमध्ये रुजवले पाहिजेत.

* भव्यदिव्य स्वप्न पाहा व कुठल्यातरी क्षेत्रात अग्रणी बनण्याचा जोश ठेवा.
* ज्या ठिकाणी इतर लोकांची नजर पोहोचत नाही, त्या ठिकाणी शक्यतो पाहण्याची क्षमता निर्माण करा.
* सदैव नव्या संधी व आव्हानांच्या शोधात राहा.
* सर्जनशील व्हा व 'रूढ चाकोरीच्या चौकटीबाहेरचा विचार करण्यास' सक्षम बना.
* कोणतेही काम अधिक चांगल्या पद्धतीने करण्यासाठी सदैव प्रयत्नशील राहा.
* धोके पत्करण्याच्या बाबतीत आत्मविश्वाससंपन्न राहा.
* सक्रिय राहा व भविष्यावर लक्ष केंद्रित करा.
* उत्तम ज्ञान व कौशल्याचा पाया मजबूत करा.[११]

सुजाण नेतृत्वामुळे सबलीकरण साध्य होते.

खरे नेतृत्व आर्थिक विकास घडवते

विकास, आर्थिक समृद्धी, तंत्रज्ञान, उत्पादन, उत्पादकता, कर्मचाऱ्यांची भूमिका व व्यवस्थापनाची गुणवत्ता या सर्व बाबी परस्परनिगडित आहेत व या सर्व बाबी सर्जनशील नेतृत्वाशी जोडल्या गेल्या आहेत.

देशाच्या आर्थिक विकासाला
स्पर्धेने बळ लाभते,
स्पर्धेला ज्ञानशक्तीने बळ लाभते.
तंत्रज्ञान व नवउपक्रमांना
साधनस्त्रोतांच्या गुंतवणुकीने बळ लाभते,
गुंतवणुकीला महसूल व गुंतवणुकीच्या परताव्याने बळ लाभते.
महसुलाला ग्राहक विश्वासाच्या माध्यमातून
होणाऱ्या विक्रीच्या प्रमाणाने
व पुनर्विक्रीने बळ लाभते,
ग्राहक विश्वासाला उत्पादनाचा
दर्जा व मोल यांचे बळ लाभते.

जेव्हा एखादा नेता लोकांचे सबलीकरण घडवतो, तेव्हा अशी नेतृत्वे उदयाला येतात, जी देशाच्या गतिमार्गात परिवर्तन घडवू शकतात.

उत्पादनाचा दर्जा व मोल
यांना कर्मचाऱ्यांच्या उत्पादकतेचे
व नवउपक्रमशीलतेचे बळ लाभते,
कर्मचाऱ्यांच्या उत्पादकतेला
कर्मचाऱ्यांचा विश्वास, समाधान
व कार्यस्थळावरील वातावरणाचे
बळ लाभते.
कार्यस्थळावरील वातावरणाला
व्यवस्थापनाचा कारभार व
भक्कम प्रकल्प व्यवस्थापनाचे
बळ लाभते,
व्यवस्थापनाच्या कारभाराला
सर्जनशील नेतृत्वाचे बळ लाभते.[१२]

सर्जनशील नेतृत्व

सन २०२० पर्यंत भारताला विकसित देशात रूपांतरित करण्याच्या भव्यदिव्य स्वप्नाच्या यशस्वीतेतील एक अत्यंत महत्त्वाचा घटक म्हणजे सर्जनशील नेतृत्वांचा उदय होय.
तो सर्जनशील नेता कोण आहे? सर्जनशील नेत्याची गुणवैशिष्ट्ये कोणती?
सर्जनशील नेतृत्व म्हणजे सेनापती ते प्रशिक्षक,व्यवस्थापक ते सल्लागार, संचालक ते प्रतिनिधी आणि सन्मानाची अपेक्षा करणारा ते आत्मसन्मानाची भावना ठेवणारा, अशा प्रकारे पारंपरिक भूमिकांत परिवर्तन घडवण्याचे महान कार्य होय.
देशामध्ये सर्जनशील नेत्यांचे प्रमाण जितके अधिक असेल, तितकी 'विकसित भारता' सारख्या स्वप्नांच्या यशस्वीतेची खात्रीही अधिक दृढ होईल.[१३]

सबलीकरण : नेतृत्वाचे ध्येय

राजकारण, प्रशासन, धर्म, व्यवसाय-उद्योग, शिक्षण अथवा विज्ञान अशा जीवनाच्या सर्वच क्षेत्रांत आपल्यामधून सुजाण व द्रष्टे नेते उदयाला येण्याची गरज आहे. या सर्व क्षेत्रांचा आपल्या

देशाच्या व समाजाच्या विकासावर परिणाम घडत असतो. सुजाण नेतृत्वामुळे सबलीकरण साध्य होते. त्यामुळे आपल्या समाजाच्या विविध वर्गांत सुजाण नेतृत्व उदयाला येणं ही आज काळाची गरज आहे. शांती, प्रगती व विकास हे या नेतृत्वाचं स्वप्न असेल व त्याप्रतीच त्याची बांधिलकी असेल.

जेव्हा एखाद्या संस्थेतील नेता त्याच्यासमवेत काम करणाऱ्या लोकांचे सबलीकरण घडवतो, तेव्हा अशी नेतृत्वं उदयाला येतात, जी देशाच्या गतिमार्गात परिवर्तन घडवू शकतात.[१४]

अदम्य जिद्द

आपल्यामध्ये विजयभाव निर्माण होण्याची गरज आहे. अशा प्रकारचा भाव की, जो आपल्याला सदैव आपल्या हक्काच्या स्थानाप्रत नेईल, असा भाव की, जो आपल्याला महान संस्कृतीचे वारसदार म्हणून या पृथ्वीतलावर आपल्या हक्काचं स्थान मिळवून देईल. जर मनात अशी जिद्द निर्माण झाली, तर आपल्याला आपलं हक्काचं नशीब घडवण्यापासून कोणीही रोखू शकणार नाही.[१]

अदम्य जिद्द

दौर्बल्याशी दोन हात करण्याचे धैर्य

'ॲबिलिम्पिक्स' मध्ये भाग घेण्यासाठी आलेल्या निरनिराळ्या अपंगत्वाने ग्रस्त, सुमारे एक हजार मुलांना राष्ट्रपती भवनात आमंत्रित केलं होतं. मी त्यांना खास या कार्यक्रमासाठी रचलेली एक छोटीशी कविता ऐकवली.

आपण सर्वजण देवाची लेकरं आहोत,
आपली मनं आहेत हिऱ्यापेक्षा कठोर
आपण जिंकू, जिंकू आपल्या प्रबळ इच्छाशक्तीने परमेश्वरच
आहे आपल्यासोबत, मग विरोधात कोण उभं ठाकेल!

माझी कविता ऐकल्यावर इराणहून आलेला मुस्तफा नावाचा मुलगा माझ्याजवळ आला. त्याला पाय नव्हते. त्यामुळं त्याला कृत्रिम पाय बसवले होते. त्यानं माझ्या हातात एक कागद दिला. त्यावर त्यानं सुंदर कविता लिहिली होती, पर्शियन भाषेत लिहिलेल्या त्या कवितेचं शीर्षक होतं 'धैर्य.'

मला पाय नाहीत,
पण माझं मन म्हणतं

रडू नकोस,
कारण मला राजासमोरसुद्धा
झुकण्याची गरज नाही.

त्या मुलाची सकारात्मक विचारसरणी व जीवनाला आशावादानं सामोरं जाण्याची धैर्यवान वृत्ती माझ्या मनाला खरोखर स्पर्शून गेली.[२]

अन्यायाशी लढण्याचे धैर्य

२००४ साली मी आफ्रिकेच्या दौऱ्यावर असताना दरबान जवळच्या पेनरिच रेल्वेस्थानकावर पीटरमॅट्रीझबर्गला जाणाऱ्या रेल्वेत बसलो, महात्मा गांधींच्या पाऊलखुणा गिरवत! याच स्थानकावरून महात्मा गांधींची निर्णायक महत्त्वाची यात्रा सुरू झाली आणि हीच यात्रा पुढील काळात त्यांच्या जीवनाची दिशा बदलणारी ठरली.

७ जून, १८९३ रोजी महात्मा गांधी त्यांच्या पक्षकाराला भेटण्यासाठी रेल्वेने प्रिटोरियाला जाण्यास निघाले. त्यांची प्रथम श्रेणीच्या डब्यामध्ये सीट आरक्षित होती. रात्री साधारण नऊ वाजण्याच्या सुमाराला रेल्वे पीटरमॅट्रीझबर्ग स्थानकावर आली. या स्थानकावर एक गोरा प्रवासी त्यांच्या कंपार्टमेंटमध्ये आला. प्रथम श्रेणीच्या डब्यात श्वेतवर्णीयेतर माणूस पाहून त्याच्या तळपायाची आग मस्तकात गेली. तो ताबडतोब खाली जाऊन दोघा अधिकाऱ्यांना सोबत घेऊन आला. त्यांनी गांधीजींना व्हॅन कंपार्टमेंटमध्ये जाण्यास सांगितलं. गांधीजींनी याला नकार देऊन विरोध करताच, एका पोलीस शिपायानं त्यांना रेल्वेतून बाहेर ढकललं आणि पाठोपाठ त्यांचं सामानसुमानही बाहेर फेकलं. गांधीजी स्थानकावरच राहिले... रेल्वे निघून गेली.

कर्तृत्वाच्या उत्तुंग शिखरांप्रत नेणारी विशिष्ट दृष्टी हा अदम्य जिद्दीचा पहिला घटक असतो.

गांधीजींनी ती रात्र प्रतीक्षागृहात काढली. ते कडाक्याच्या थंडीचे दिवस होते. त्यांचा ओव्हरकोट सामानात होता, पण पुन्हा अपमानित व्हावं लागेल या भयानं त्यांनी मागितलाच नाही. त्यांच्या मनात भारतात परत जाण्याचा विचार आला, पण असं करणं भ्याडपणाचं होईल असं त्यांना वाटलं. त्यांनी प्रतिज्ञा केली की, इथंच राहून वांशिक पूर्वग्रहाच्या शापाविरुद्ध संघर्ष

करायचा. या घटनेनं त्यांच्या जीवनाची दिशाच बदलली. त्यांनी म्हटलं आहे. ''माझ्या सक्रिय अहिंसेला त्या दिवसापासून प्रारंभ झाला.''

अदम्य जिद्दीचा दुसरा घटक म्हणजे आपल्या ध्येयपूर्तीच्या मार्गात येणारे सर्व अडथळे पार करण्याची क्षमता.

मी महात्मा गांधींनी प्रवास केलेल्या तशाच रेल्वेतून व तशाच डब्यातून प्रवास केला. मी पीटरमॅट्रीझबर्ग स्थानकावर उतरलो तेव्हा पाहिलं, गांधीजींना ज्या ठिकाणी डब्यातून ढकलून बाहेर फेकलं होतं, त्या ठिकाणी एक स्मृतिफलक उभारला आहे. त्यावर कोरलेला मजकूर असा आहे :

''७ जून १८९३ रोजी याच ठिकाणी एम. के. गांधींना प्रथम श्रेणी डब्यातून बाहेर काढले होते. या घटनेने त्यांच्या जीवनाची दिशाच बदलली. त्यांनी वांशिक भेदाविरुद्ध लढा उभारला. त्यांच्या सक्रिय अहिंसेला या दिवसापासून प्रारंभ झाला.''[३]

अदम्य जिद्द

माझ्या आफ्रिका दौऱ्यात मी डॉ. नेल्सन मंडेला यांना भेटलो. डॉ.नेल्सन मंडेला दक्षिण आफ्रिकेच्या स्वातंत्र्याचे शिल्पकार आहेत. त्यांच्याकडून दोन गुण घेण्यासारखे आहेत, ते म्हणजे अदम्य उत्साह व क्षमाशीलता.

दक्षिण आफ्रिकेतील केपटाऊन 'टेबल माउंटन' साठी प्रसिद्ध आहे. या पर्वताला तीन शिखरं आहेत - टेबल पीक, डेविल पीक व फेक पीक. दिवसा या शिखरांदरम्यानचं दृश्य मोठं विलोभनीय असतं. या शिखरांना कधी काळे ढग वेढतात, तर कधी सफेद ढगांचा कापूस या शिखरांना कवेत घेतो. टेबल माउंटन अटलांटिक महासागराच्या किनाऱ्यापासून अगदी जवळ आहे. आम्ही हेलिकॉप्टरनं केपटाऊनहून रॉबेन बेटांवर गेलो. आम्ही या बेटावर पोहोचलो, तेव्हा सागराच्या गर्जनांचा आवाज सोडून सगळं बेट कसं शांत शांत होतं. ती शांतता अनुभवताना मनात आलं, एका माणसाचं स्वातंत्र्य बेड्यांत कैद करणारं हेच ते ठिकाण. तिथं आमच्या स्वागताला श्री. अहमद कॅथ्राडा आले होते. हे दक्षिण आफ्रिकेचे सद्‌गृहस्थ डॉ. नेल्सन मंडेलांसमवेत तुरुंगवासात होते. या बेटावर आम्हाला डॉ. नेल्सन मंडेलांनी तुरुंगवासाची सव्वीस वर्षे ज्या कोठडीत काढली, ती कोठडी

दाखवण्यात आली. मी ती खोली पाहून थक्कच झालो! इतक्या लहान खोलीत झोपण्यासह, इतर सर्व मानवी गरजा भागवणं त्यांना कसं शक्य झालं असेल? आपण लक्षात ठेवलं पाहिजे की, सहा फूट इतक्या भरभक्कम उंचीच्या डॉ. नेल्सन मंडेलांना वर्णविद्वेषाविरुद्ध लढा उभारल्याबद्दल त्या एवढ्याशा खोलीत सव्वीस वर्षं कैदेत ठेवलं होतं. त्यांच्या आयुष्यातील बराच मोठा कालखंड या बेटावरील, या लहानशा खोलीत गेला आहे. त्यांना काही तास कडक उन्हात, जवळच्या पर्वतावर खाणकामासाठी नेलं जात असे. त्याच दरम्यान त्यांच्या दृष्टीवर विपरीत परिणाम झाला. त्यांनी शारीरिक यातना सोसूनही, जगाला त्यांच्यातील अदम्य उत्साह दर्शविला आहे. तुरुंगवासाच्या काळात, रात्री तुरुंगाधिकारी झोपले की, ते बारीक बारीक अक्षरांत लेखन करत असत. अशा खडतर परिश्रमांतून, त्या बारीक अक्षरांतील हस्तलिखिताचे सुप्रसिद्ध पुस्तक बनले, 'अ लाँग वॉक टू फ्रीडम'.

मन:शक्ती 'आतून' प्रकटते.

डॉ. नेल्सन मंडेलांना त्यांच्या जोहान्सबर्गच्या घरी भेटणं ही माझ्या लेखी फार महत्त्वाची गोष्ट होती. मी त्यांच्या घरी प्रवेशताच, त्यांचं आनंदोत्सर्जक त्रिमिती व्यक्तिमत्त्व पाहिलं. मी त्यांच्यात असा विलक्षण माणूस पाहिला, ज्यानं वर्णविद्वेषाच्या जोखडातून दक्षिण आफ्रिकेला स्वांतत्र्य मिळवून दिलं. मी त्यांच्यामध्ये असाही माणूस पाहिला, ज्यानं दक्षिण आफ्रिकेच्या राष्ट्राध्यक्षपदी विराजमान झाल्यानंतर त्यांच्याशी पूर्वी वाईट वर्तन करणाऱ्या, वर्णविद्वेष मानणाऱ्या व त्यांना तुरुंगात टाकणाऱ्या लोकांनासुद्धा नागरिक म्हणून समानतेने वागवलं. त्यांच्याशी हस्तांदोलन करताना आपण कुणा दैवी आत्म्याच्या हाताला स्पर्श करतोय असं मला

वाटलं. डॉ. नेल्सन मंडेलांकडून आपल्याला एक मोठा धडा शिकता येतो, तोच 'तिरुक्कुरल' मध्येही सांगितला आहे. त्याचा अर्थ असा : ''जे लोक तुमचं वाईट करतात, त्यांच्यासाठी सर्वांत उत्तम शिक्षा म्हणजे प्रत्युत्तरादाखल त्यांच्याशी चांगले वागणे.''[४]

अदम्य जिद्द म्हणजे काय?

अदम्य जिद्द या गोष्टीला दोन पैलू असतात. पहिला पैलू म्हणजे, मनात उच्चतम ध्येयांप्रत नेणारे भव्यदिव्य स्वप्न असले पाहिजे. याच संदर्भात संतकवी तिरुवल्लुवर यांनी २२०० वर्षांपूर्वी काव्यपंक्ती रचल्या आहेत.

வெள்ளத் தனைய மலர்நீட்டம் மாந்தர்தம்
உள்ளத் தனையது உயர்வு

याचा अर्थ असा :

नदीची, सरोवराची वा तळ्याची खोली कितीही असो, पाण्याची स्थिती कशीही असो, लिलीची फुलं नेहमीच उमलतात व बहरतात. त्याचप्रमाणे आपलं ध्येय साध्य करण्यासाठी असंदिग्ध, दृढ निश्चय असेल, तर कितीही दुर्निर्वार्य संकटं उभी राहिली, तरी तुम्ही यशस्वी व्हा.

दुसरा पैलू म्हणजे, कार्यपूर्तीच्या मार्गात येणारे सर्व अडथळे पार करण्याची क्षमता. आपल्यापैकी ज्या लोकांचा मोठ्या कार्यक्रमांशी व भव्य प्रकल्पांशी संबंध आला असेल, त्यांना अनुभव असेल की, यश सदैव नजरेच्या टप्प्यात नसतं, तिथवर पोहोचण्यासाठी वाटेत अनेक अडथळे असतात. या संदर्भातही मला याच संतकवीच्या काव्यपंक्ती आठवतात :

இடும்பைக்கு இடும்பை படுப்பர் இடும்பைக்கு
இடும்பை படாஅ தவர்

याचा अर्थ असा : यशस्वी नेता संकटांसमोर कधीच हार मानत नाही. तो संकटांवर मात करून परिस्थितीवर ताबा मिळवतो. मला वाटतं या दोन 'कुरल'मध्ये अदम्य उत्साहाची वैशिष्ट्यंच विशद केली आहेत.[५]

मनःशक्ती

मी बुल्गारिया दौऱ्यामध्ये तिथल्या राष्ट्रीय कला दालनाला भेट दिली. तिथं मुख्यत्वे बुल्गारियन चित्रकारांच्या चित्रांचं प्रदर्शन पाहिलं. त्यामध्ये सुप्रसिद्ध बुल्गारियन कलाकार झात्जु बोजाद्जिव यांच्या जन्मदिनानिमित्त त्यांच्या चित्रांचं प्रदर्शनही होतं. मी त्यांची शेकडो चित्रं पाहून फार प्रभावित व प्रेरित झालो. त्या चित्रांत त्यांनी उजवा हात पक्षाघातानं लुळा पडल्यानंतर, डाव्या हातानं साकारलेल्या चित्रांचाही समावेश होता. त्यांच्यातील अदम्य जिद्दीनं त्यांना डाव्या हातानं चित्रं रेखायला लावली. ते पाहून माझ्या मनात आलं की, खराखुरा रचनात्मक प्रतिभासंपन्न माणूस शारीरिक अक्षमतेमुळं खचू शकत नाही, कारण त्याला 'आतून' शक्ती लाभते व ती त्याचं जीवनध्येय पूर्ण करण्यासाठी मार्गक्रमण करण्याची प्रेरणा देते.[६] दौर्बल्याची जाणीव मनात असते. शुद्ध मनाची व सुजाण व्यक्ती अनमोल नागरिक असते, मग ती व्यक्ती शारीरिकदृष्ट्या सक्षम असो वा नसो. विकलांग व्यक्तीच्या मनात अदम्य जिद्द निर्माण केली, तर त्याचं जीवन समृद्ध होऊ शकतं.[७]

तुमची ओळख कशासाठी राहील?

मला भेटणाऱ्या लोकांना मी नेहमी दोन प्रश्न विचारतो :
"आजवर तुम्ही जीवनात काय शिकलात?"
"तुम्हाला तुमची ओळख कशासाठी राहील असं वाटतं?"

एचआयव्ही/एड्सग्रस्त लोकांच्या भारतीय नेटवर्कमध्ये 'नॅशनल ॲडव्होकसी ऑफिसर' म्हणून कार्यरत असणाऱ्या आशा रामय्या या एड्सग्रस्त महिलेनं या दोन्ही प्रश्नांचं फार हृदयस्पर्शी उत्तर दिलं.

तुम्ही देशाच्या इतिहासातील एक पान घडवल्याबद्दल ओळखले जाल.

"मला एचआयव्ही - एड्स आहे हे कळलं, तेव्हा माझ्या जीवनात खरंखुरं शिकणं सुरू झालं. मला वास्तवाला तोंड द्यावंच लागलं. माझ्या सासरच्या मंडळींनी मला घरातून हाकलून दिलंच, पण माझ्या जन्मदात्या पित्यानंसुद्धा मला त्यांच्या घरातून निघून जायला सांगितलं. माझी अवस्था कुणाही

परित्यक्तेसारखीच होती, वाऱ्याच्या झोतासरशी उडणाऱ्या, गळून पडलेल्या पानासारखी, जीवनाला एकटीनं तोंड देणारी. अगदी सुरुवातीला मला स्वत:च्या अस्तित्वासाठी झगडण्याच्या आव्हानाला तोंड द्यावं लागलं. माझ्यातील स्त्रीशक्तीचे मी आभार मानते, या शक्तीच्या जोरावरच मी हा धक्का व आपल्याच घरातून हाकलून दिलं जाण्याची वेदना पचवू शकले. माझ्या ध्यानात आलं की, भारतातील इतर एचआयव्ही/ एड्सग्रस्त लोकांच्या जीवनात परिवर्तन घडवण्यासाठी प्रयत्न करणं ही माझी जबाबदारी आहे.

"माझ्या अथक प्रयत्नांमुळे व माझ्या एचआयव्हीग्रस्त सहकाऱ्यांच्या पाठिंब्यामुळे आज मला माझ्या समाजानं स्वीकारलं तर आहेच, पण आज उच्चपदस्थ लोकसुद्धा माझ्याकडे माझा विचार व मार्गदर्शन घेण्यासाठी, तसंच निरनिराळ्या वैयक्तिक समस्यांसंदर्भात समूपदेशनासाठी येतात. मी इतरांसाठी आदर्शवत बनले आहे याचा माझ्या मातापित्यांना अभिमान आहे. माझ्या कुटुंबाच्या व सहकाऱ्यांच्या मदतीनं माझा एका एचआयव्हीग्रस्त व्यक्तीशी पुनर्विवाह झाला आहे. माझे पती मला आमच्यासारख्या लोकांचं जीवन सुधारण्यासाठी कार्य करण्यास प्रोत्साहन व पाठिंबा देतात.

"आम्ही मूल होऊ देण्यासंदर्भात विचार करत होतो, तेव्हा माझ्या लक्षात आलं की, इतक्या सगळ्या अनिश्चिततेच्या आवर्तात निर्णय घेणं किती मुष्किल आहे! अज्ञातात उडी घेण्यामुळे कदाचित 'एचआयव्ही पॉझिटिव्ह' असणारं मूल जन्माला येण्याचा धोका होता. पण आम्ही हा धोका कमी करण्यासाठी वैद्यकीय मार्गदर्शनाचं पालन केलं आणि अनेक वर्षांच्या प्रतीक्षेनंतर आमच्या मुलाला हा संसर्ग झालेला नाही हे निश्चित झालं, तेव्हा आम्हाला विजयश्री मिळाली. आता आमच्यावर आगामी वीस वर्षांसाठी आमच्या बाळाच्या भविष्याचं नियोजन करण्याची जबाबदारी आहे. आमच्या जीवनातील अनमोल क्षणांचा उपयोग करून, आम्हाला मातृपितृपदाची जबाबदारी पार पाडत, त्याचं शिक्षण, सुरक्षा व भविष्य यांची निश्चिती करायची आहे. आम्हाला कळून चुकलं आहे की, स्वप्नं वास्तवात उतरतात,

तुम्ही आत्मविकास घडवून जीवनाला आकार दिला पाहिजे.

पण जेव्हा आपण त्या स्वप्नांना जीवन बनवतो व ती वास्तवात उतरवताना येणाऱ्या संभाव्य धोक्याची जबाबदारी स्वीकारतो, तेव्हाच ती वास्तवात उतरतात.

मी जीवनात पुन्हा भरारी घेऊन, त्याचा सामना करण्यासाठी दाखवलेलं धैर्य आणि या संघर्षादरम्यान मला जो प्रकाश लाभला, तो इतरांनाही देण्याचे माझे प्रयत्न, यासाठी मी देशाच्या विविध भागांतल्या एचआयव्ही/एड्सग्रस्त लोकांच्या, माझ्या कुटुंबाच्या, नातेवाईकांच्या व सहकाऱ्यांच्या स्मरणात राहीन.''

आशानं धैर्यानं आजारावरच मात केली नाही, तर तिच्यावर तिचे मातापिता, पती व समाजानं लांछनाचा हल्ला चढवला होता, त्या विरोधात ती खंबीरपणे उभी राहिली, हे जास्त महत्त्वाचं आहे. मी याला अदम्य जिद्द म्हणतो![८]

तुम्हाला तुमची ओळख कशी राहावी असं वाटतं? तुम्हाला तुमच्या पीएच.डी. च्या प्रबंधामुळं तुमची ओळख राहावी असं वाटतं? तुम्हाला तुमच्या नवउपक्रमशील विचारसरणीमुळं तुमची ओळख राहावी असं वाटतं? तुम्ही आत्मविकास घडवून जीवनाला आकार दिला पाहिजे. ते तुम्ही एका कागदावर लिहून काढायला हवं. हे पान मानवी इतिहासातील अत्यंत महत्त्वपूर्ण पान बनू शकेल आणि देशाच्या इतिहासात ते पान निर्माण करण्यासाठी तुमची ओळख राहील. मग ते पान शोधाचं असो, एखाद्या नव्या उपक्रमाचं असो की, अन्यायाविरुद्ध लढण्याचं असो.[९]

दौर्बल्याची जाणीव मनात असते.

अदम्य जिद्द जागी करा

''माझ्यासमोर बसलेल्या तरुण-तरुणींना मी सांगू इच्छितो की, तुम्ही निराश होऊ नका व धैर्यगलित होऊ नका. तुमच्या समोर असलेल्या कार्याप्रती धैर्यसंपन्न समर्पित वृत्ती बाळगलीत, तरच यश तुमच्यावर प्रसन्न होईल. मी अगदी ठामपणे नमूद करू इच्छितो की, भारतीय बुद्धिमत्ता ट्यूटॉनिक, नॉर्डिक अथवा अँग्लो-सॅक्सन बुद्धिमत्तेच्या तोडीस तोड आहे. आपल्यामध्ये कमतरता आहे ती धैर्याची, आपल्यामध्ये कमतरता आहे ती प्रेरक शक्तीची, ज्यायोगे माणूस कुठल्याकुठं जाऊ शकतो. माझ्या मते आपण न्यूनगंड जोपासला आहे. मला वाटतं, आज

भारतात गरज आहे ती पराभववादी भावनेचा नाश करण्याची.''
हे शब्द आहेत नोबेल पारितोषिक विजेते भारतीय शास्त्रज्ञ सर सी.व्ही.रामन यांचे. १९६९ साली त्यांनी वयाच्या ८२व्या वर्षी पदवीधर तरुणांच्या एका संमेलनात केलेल्या भाषणात हे विचार मांडले होते.[१०]

अदम्य जिद्दीच्या जोरावर यश कसं मिळवता येतं आणि पृथ्वीतलावर सुखसमृद्धी व शांतीचं नंदनवन कसं फुलवता येतं, ते गुरुदेव रवींद्रनाथ टागोरांच्या या कवितेत मोठ्या सुंदर शब्दांत व्यक्त केलं आहे.

हे प्रभू, तुझ्या चरणी ही माझी प्रार्थना
माझ्या काळजातील दरिद्री भावाच्या मूळावर
घाव घाल, घाव घाल, दूर कर ते दारिद्र्य,
मला शक्ती दे
आनंद आणि दु:ख दोन्हीही सहज झेलण्याची,
मला
माझी प्रीती तुझ्या सेवेत सुफल करण्याची,
मला शक्ती दे
दीनांना कधीही दूर न लोटण्याची,
वा उन्मत्त शक्तीसमोर गुडघे न टेकण्याची,
मला शक्ती दे
दैनंदिन क्षूद्र गोष्टींतून डोकं वर काढण्याची,
आणि मला शक्ती दे
माझी शक्ती तुझ्या चरणांशी
सप्रेम अर्पण करण्याची.[११]

संदर्भ

संदर्भ

स्फूर्तिदायी व्यक्तित्वे

१. ५७ व्या प्रजासत्ताक दिनाच्या पूर्वसंध्येला राष्ट्राला उद्देशून केलेले भाषण : दि. २५-०१-२००६.
२. राष्ट्रीय महिला आयोगामार्फत आयोजित केलेल्या बालिकांच्या कार्यक्रमातील भाषण व संवाद, नवी दिल्ली : दि.१७-०१-२००५.
३. इंडियन इन्स्टिटट्यूट ऑफ सायन्स,बेंगलोर येथील विभागप्रमुख व विद्यार्थ्यांसमोर केलेले भाषण व संवाद : दि.१४-१०-२००४.
४. बालदिनाच्या पूर्वसंध्येला आकाशवाणीवरून प्रसारित झालेले भाषण : दि. १३-११-२००४.
५. आर्मी पब्लिक स्कूल, उधमपूर येथील मुलांशी संवाद : दि. ०३-०५-२००४.

माझे शिक्षक

१. श्रीनगर येथे शिक्षकांशी संवाद : दि. १९-०८-२००४.
२. पीजीआय सभागृह, चंदीगड येथे शिक्षकवृंदासमोर केलेले भाषण : दि.०४-०९-२००३.
३. नवी दिल्ली येथे शिक्षकांना राष्ट्रीय पुरस्कार प्रदान सोहळ्यातील भाषण : दि.०५-०९-२००४.
४. बोधी गया येथे शिक्षकांशी संवाद : दि. ३१-०५-२००३.
५. नवी दिल्ली येथे शिक्षकांना राष्ट्रीय पुरस्कार प्रदान सोहळ्यातील भाषण : दि.०५-०९-२००४.
६. नवी दिल्ली येथे शिक्षकांना राष्ट्रीय पुरस्कार प्रदान सोहळ्यातील भाषण : दि. ०५-०९-२००५.

७. नवी दिल्ली येथे विशेष शिक्षक राष्ट्रीय पुरस्कार प्रदान सोहळ्यातील भाषण : दि. ०५-०९-२००५.
८. कोलकत्याच्या विश्वभारती विद्यापीठातील भाषण व चर्चेदरम्यान विचारलेल्या प्रश्नाला उत्तर देताना : दि.०१-१०-२००४.
९. शिक्षक दिनाच्या पूर्वसंध्येला आकाशवाणीवरून प्रसारित झालेले भाषण : दि. ०४-०९-२००३.
१०. श्रीनगर येथे शिक्षकांशी संवाद : दि.१९-०८-२००४.
११. शाळांसाठी दिल्या गेलेल्या पहिल्या संगणक साक्षरता उत्कृष्टता पुरस्कार प्रदान सोहळ्यातील भाषण, नवी दिल्ली : दि. २९-०८-२००२.
१२. कोलकत्याच्या विश्वभारती विद्यापीठातील शिक्षक व विद्यार्थी यांच्यासमोर केलेले भाषण व संवाद : दि. १-१०-२००४.
१३. भुवनेश्वर येथील शाळा शिक्षकांशी संवाद : दि. १४-०५-२००३.
१४. शिक्षक दिनानिमित्त देशाला उद्देशून केलेले भाषण, नवी दिल्ली : दि. ५-०९-२००५.
१५. नवी दिल्ली येथे शिक्षकांना राष्ट्रीय पुरस्कार प्रदान सोहळ्यातील भाषण : दि. ५-०९-२००४.
१६. शिक्षक दिनाच्या पूर्वसंध्येला आकाशवाणीवरून प्रसारित झालेले भाषण : दि. ४-०९-२००३.
१७. नवी दिल्ली येथे शिक्षकांना राष्ट्रीय पुरस्कार प्रदान सोहळ्यातील भाषण : दि. ५-०९-२००४.
१८. तिसऱ्या राष्ट्रीय संगणक साक्षरता उत्कृष्टता पुरस्कार प्रदान सोहळ्यातील भाषण, नवी दिल्ली : दि. ७-१२-२००५.
१९. शाळांसाठी दिल्या गेलेल्या पहिल्या संगणक साक्षरता उत्कृष्टता पुरस्कार प्रदान सोहळ्यातील भाषण, नवी दिल्ली : दि. २९-८-२००२.
२०. नवी दिल्ली येथे शिक्षकांना राष्ट्रीय पुरस्कार प्रदान सोहळ्यातील भाषण : दि. ५-९-२००४.
२१. नवी दिल्ली येथे विशेष शिक्षक राष्ट्रीय पुरस्कार प्रदान सोहळ्यातील भाषण : दि. ५-९-२००५.
२२. नवी दिल्ली येथे शिक्षकांना राष्ट्रीय पुरस्कार प्रदान सोहळ्यातील भाषण : दि. ५-९-२००४.

शिक्षण अभियान

१. सुत्तुर, म्हैसूर येथील राष्ट्रीय युवा परिषदेच्या उद्घाटनप्रसंगी केलेले भाषण : दि. १५-१०-२००४.
२. तिसऱ्या राष्ट्रीय संगणक साक्षरता उत्कृष्टता पुरस्कार प्रदान सोहळ्यातील भाषण, नवी दिल्ली : दि. ७-१२-२००५.
३. राज्यपाल परिषदेतील भाषण, नवी दिल्ली : दि. १४-०६-२००५.
४. शाळांसाठी दिल्या गेलेल्या पहिल्या संगणक साक्षरता उत्कृष्टता पुरस्कार प्रदान सोहळ्यातील भाषण, नवी दिल्ली : दि. २९-०८-२००२.
५. पाँडिचरी येथे विद्यार्थ्यांशी संवाद : दि. १-११-२००४.
६. चेन्नई येथील पद्म शेषाद्री बालभवन माध्यमिक शाळेत केलेले भाषण : दि. १-१२-२००५.
७. CBSE च्या 'प्लॅटिनम ज्युबिली' निमित्त आयोजित कार्यक्रमातील भाषण, नवी दिल्ली : दि. २८-०७-२००४.
८. शिक्षक दिनानिमित्त देशाला उद्देशून केलेले भाषण, नवी दिल्ली : दि. ५-०९-२००५.
९. श्रीनगर येथे शिक्षकांशी संवाद : दि. १९-०८-२००४.
१०. शिक्षक दिनानिमित्त देशाला उद्देशून केलेले भाषण, नवी दिल्ली : दि. ५-०९-२००४.
११. श्रीनगर येथे शिक्षकांशी संवाद : दि. १९-०८-२००४.
१२. पीजीआय सभागृह, चंदीगड येथे शिक्षकवृंदासमोर केलेले भाषण : दि. ४-०९-२००३.
१३. जैन विश्व भारती संस्था, नवी दिल्ली येथे दीक्षांत भाषण : दि. २०-१०-२००५.
१४. अध्यात्म साधना केंद्र, मेहरौली येथे पूज्य आचार्य महाप्राणजी यांच्या भेटीदरम्यान केलेले भाषण : दि. १४-१०-२००५.
१५. मुंबईत 'करिअर फेअर २००४' मधील भाषण : दि. ८-०२-२००४.
१६. शिक्षक दिनानिमित्त केलेले भाषण, नवी दिल्ली : दि. ५-०९-२००५.
१७. नवी दिल्ली येथे शिक्षकांना राष्ट्रीय पुरस्कार प्रदान सोहळ्यातील भाषण : दि. ५-०९-२००४.

सर्जनशीलता आणि नवउपक्रम

१. वेदव्यास विद्यालय, मलापरम्बा, कोझीकोडे येथील भाषण : दि. २५-०९-२००३.
२. चंदीगड येथील बाल विज्ञान काँग्रेसमधील भाषण : दि. ५-०१-२००४.
३. शंकर आंतरराष्ट्रीय बालस्पर्धेतील विजेत्यांना पुरस्कार प्रदान सोहळ्यातील भाषण, नवी दिल्ली : दि. २२-०३-२००५.
४. पीटर हॉफ, हिमाचल प्रदेश येथील महाविद्यालयीन/ विद्यापीठातील विद्यार्थ्यांशी संवाद : दि. २३-१२-२००४.
५. शंकर आंतरराष्ट्रीय बालस्पर्धेतील विजेत्यांना पुरस्कार प्रदान सोहळ्यातील भाषण, नवी दिल्ली : दि. २२-०३-२००५.
६. JNRM सभागृह, पोर्ट ब्लेअर येथे विद्यार्थ्यांशी संवाद व भाषण : दि. ५-०५-२००५.
७. बाल योग मित्र मंडळ, मुंगेर येथील भाषण : दि. १४-०२-२००४.
८. JNRM सभागृह, पोर्ट ब्लेअर येथे विद्यार्थ्यांशी संवाद व भाषण : दि. ५-०५-२००५.
९. राष्ट्रीय बाल श्री पुरस्कार : सन २००२-२००३, राष्ट्रपती भवन, नवी दिल्ली: दि. १०-०२-२००४.
१०. 'इंडियन स्कूल' दुबई येथील भाषण : दि. १९-१०- २००३.
११. 'नॅशनल इनोवेशन फाउंडेशन'च्या तिसऱ्या राष्ट्रीय पुरस्कार प्रदान सोहळ्यातील भाषण : दि. ५-०१-२००५.
१२. विश्व भारती विद्यापीठ, कोलकाता येथील भाषण : दि. १-१०-२००४.

कला आणि साहित्य

१. शंकर आंतरराष्ट्रीय बालस्पर्धेतील विजेत्यांना पुरस्कार प्रदान सोहळ्यातील भाषण, नवी दिल्ली : दि. १७-०१-२००३.
२. सन २००२ साली ३८ व्या ज्ञानपीठ पुरस्कार प्रदान सोहळ्यातील भाषण : दि. २७-०९-२००५.
३. ११ वी दिल्ली बुक फेअर, प्रगती मैदान, नवी दिल्ली येथील भाषण : दि. २७-०८-२००५.
४. अण्णा विद्यापीठ, चेन्नई येथे कुलगुरूंच्या कार्यालयात 'अग्नी सिरागुरल' च्या एक लाखाव्या प्रतीचे सादरीकरण : दि. १९-०६-२००३.

५. ११ वी दिल्ली बुक फेअर, प्रगती मैदान, नवी दिल्ली येथील भाषण : दि. २७-०८-२००५.
६. सन २००२ साली ३८ व्या ज्ञानपीठ पुरस्कार प्रदान सोहळ्यातील भाषण : दि. २७-०९-२००५.
७. ११ वी दिल्ली बुक फेअर, प्रगती मैदान, नवी दिल्ली येथील भाषण : दि. २७-०८-२००५.
८. संगीत नाटक अकादमी पुरस्कार सोहळ्यातील भाषण, नवी दिल्ली : दि. २६-०८-२००५.
९. बेंगलोर गायन समाज, बेंगलोरच्या शताब्दी महोत्सव समारंभातील भाषण : दि. २०-०८-२००५.
१०. कोलकत्याच्या रामकृष्ण विवेकानंद मिशन येथील भाषण : दि. २१-०१-२००३.
११. बेंगलोर गायन समाज, बेंगलोरच्या शताब्दी महोत्सव समारंभातील भाषण : दि. २०-०८-२००५.
१२. श्री राजराजेश्वरी भरतनाट्य मंदिर, मुंबईच्या हीरक महोत्सवी समारंभातील भाषण : दि.१२-०९-२००५.
१३. ५२ व्या राष्ट्रीय चित्रपट पुरस्कार वितरण सोहळ्यातील भाषण, नवी दिल्ली : दि. २-१०-२००५.
१४. जयपूर येथे आर.के. लक्ष्मण यांच्या व्यंगचित्र प्रदर्शनातील भाषण : दि.१७-११-२००५.
१५. विश्व भारती विद्यापीठ, कोलकाता येथील भाषण : दि. १-१०-२००४.
१६. शंकर आंतरराष्ट्रीय बालस्पर्धेतील विजेत्यांना पुरस्कार प्रदान सोहळ्यातील भाषण, नवी दिल्ली : दि. १७-१-२००३.

चिरंतन मूल्ये

१. नवी दिल्ली येथे जवाहरलाल नेहरु विद्यापीठातील भाषण : दि. १२-०१-२००५.
२. श्री सत्यसाई आंतरराष्ट्रीय केंद्र व शाळा, नवी दिल्ली येथील भाषण : दि. ८-०२-२००३.
३. 'इंडियन हायस्कूल, दुबई येथील भाषण : दि. २०-१०-२००३.
४. 'ट्रान्स्परन्सी इंटरनॅशनल इंडिया'च्या दक्षिण आशियाई चॅप्टर्सच्या प्रादेशिक परिषदेतील भाषण, नवी दिल्ली : दि. २५-११-२००५

५. भारत स्काऊट्स व गाईड्सच्या १५ व्या राष्ट्रीय बाल आनंद मेळाव्यातील भाषण, हरिद्वार : दि. १६-१०-२००५
६. 'ट्रान्स्परन्सी इंटरनॅशनल इंडिया'च्या दक्षिण आशियाई चॅप्टर्सच्या प्रादेशिक परिषदेतील भाषण, नवी दिल्ली : दि. २५-११-२००५.
७. ५७ व्या प्रजासत्ताक दिनाच्या पूर्वसंध्येला राष्ट्राला उद्देशून केलेले भाषण, नवी दिल्ली : दि. २५-१-२००६.
८. 'ट्रान्स्परन्सी इंटरनॅशनल इंडिया'च्या दक्षिण आशियाई चॅप्टर्सच्या प्रादेशिक परिषदेतील भाषण, नवी दिल्ली : दि. २५-११-२००५.
९. ५७ व्या प्रजासत्ताकदिनाच्या पूर्वसंध्येला राष्ट्राला उद्देशून केलेले भाषण, नवी दिल्ली : दि. २५-१-२००६.
१०. महान जन्मदिनानिमित्त विचार, नवी दिल्ली : दि. ४-०७-२००५. (कार्यक्रम)
११. 'कन्व्हेन्शन ऑन इव्होल्यूशन ऑफ अ गुड ह्यूमन बिईंग' मधील भाषण, गुरगाव : दि. १९-०४-२००३.
१२. इंडियन हायस्कूल, दुबई येथील भाषण : दि. २०-१०-२००३.
१३. आंतरराष्ट्रीय बाल प्रसारण दिनी आकाशवाणीवर भाषण : दि. ११-१२-२००५.
१४. सुत्तुर, म्हैसूर येथील राष्ट्रीय युवा परिषदेच्या उद्घाटनप्रसंगी केलेले भाषण : दि. १५-१०-२००४.
१५. ५७ व्या प्रजासत्ताक दिनाच्या पूर्वसंध्येला राष्ट्राला उद्देशून केलेले भाषण, नवी दिल्ली : दि. २५-१- २००६.

विज्ञान आणि अध्यात्म

१. नवी दिल्ली येथे जैन विश्व भारती संस्थेच्या चौथ्या दीक्षांत समारंभातील भाषण दि. २०-१०-२००५.
२. नवी दिल्ली येथे जैन विश्व भारती संस्थेच्या चौथ्या दीक्षांत समारंभातील भाषण दि. २०-१०-२००५.
३. १२व्या राष्ट्रीय बालविज्ञान काँग्रेसमधील भाषण, गुवाहाटी : दि. ३१-१२-२००४.
४. शिक्षक दिनानिमित्त राष्ट्राला उद्देशून केलेले भाषण, नवी दिल्ली : दि. ५-०९-२००५.
५. बंगाली इंजिनिअरिंग व विज्ञान विद्यापीठ, शिवपूर, हावडा, कोलकाता येथील भाषण : दि.१३-०७-२००५.

६. जादवपूर विद्यापीठ, कोलकाताच्या सुवर्णमहोत्सवी समारंभातील भाषण : दि. १३-०७-२००५.
७. इंडियन फिजिक्स असोसिएशन, आयआयटी, नवी दिल्ली येथील भाषण : दि. ३१-०३-२००५.
८. शाळांसाठी दिल्या गेलेल्या पहिल्या संगणक साक्षरता उत्कृष्टता पुरस्कार प्रदान सोहळ्यातील भाषण, नवी दिल्ली : दि. २९-८-२००२.
९. बंगाली इंजिनिअरिंग व विज्ञान विद्यापीठ, शिवपूर, हावडा, कोलकाता येथील भाषण : दि.१३-०७-२००५.
१०. विवेकानंद इन्स्टिटट्यूट ऑफ व्हॅल्यू एज्युकेशन ॲण्ड कल्चर, पोरबंदर येथील उद्घाटनपर भाषण : दि. १२- ०१-२००६.
११. जवाहरलाल नेहरु विद्यापीठ, नवी दिल्ली येथील भाषण : दि. १२-०१-२००५.
१२. विविध शाळांतील मुलांसमोर केलेले भाषण, गुवाहाटी: दि. १६-०१-२००३.
१३. श्रीनगर येथील राष्ट्रीय तंत्रज्ञान संस्थेतील विद्यार्थ्यांशी संवाद : दि. १९-०८-२००४.
१४. दयावती मोदी अकादमी स्कूलसच्या विद्यार्थ्यांना संदेश : दि. २०-०७-२००४.
१५. श्री अरविंद भवन, कोलकाता येथे माताजींच्या १२५ व्या जयंती महोत्सवातील भाषण : दि. २७-०२-२००५.
१६. राष्ट्रपती भवन, नवी दिल्ली येथे आध्यात्मिक उद्यानाच्या उद्घाटनप्रसंगी केलेले भाषण : दि. २६-०६-२००४.

उद्याचे नागरिक

१. J.S.S. स्कूल, सुत्तूर, म्हैसूर येथील भाषण : दि. २७-१२-२००२.
२. भारत स्काऊट्स व गाईड्सच्या १५ व्या राष्ट्रीय बाल आनंद मेळाव्यातील भाषण, हरिद्वार : दि. १६-१०-२००५.
३. राज्यपाल परिषद, राष्ट्रपती भवन, नवी दिल्ली येथील भाषण : दि. १४-०६-२००५.
४. सुत्तुर, म्हैसूर येथील राष्ट्रीय युवा परिषदेच्या उद्घाटनप्रसंगी केलेले भाषण : १५-१०-२००४.

५. पीटर हॉफ, हिमाचल प्रदेश येथील महाविद्यालयीन/ विद्यापीठातील विद्यार्थ्यांशी संवाद : दि. २३-१२-२००४.
६. नंदगाव, महाराष्ट्र येथील भाषण : दि. १५-१०-२००४.
७. सुत्तुर, म्हैसूर येथील राष्ट्रीय युवा परिषदेच्या उद्‌घाटनप्रसंगी केलेले भाषण : १५-१०-२००४.
८. पहिल्या बाल शिक्षण परिषदेतील भाषण, सन २००२, नवी दिल्ली : दि. १४-११-२००२.
९. जे. एस.एस. स्कूल, सुत्तूर, म्हैसूर येथील भाषण : दि. २७-१२-२००५.
१०. आयशर स्कूल, फरिदाबाद येथील मुलांशी राष्ट्रपतीभवनात संवाद, नवी दिल्ली : दि. ३१-८-२००५.
११. १२व्या राष्ट्रीय बाल विज्ञान काँग्रेसमधील भाषण : दि. ३१-१२-२००४.
१२. जे.एस.एस. स्कूल, सुत्तूर, म्हैसूर येथील भाषण : दि. २७-१२-२००४.
१३. तिरुचिरापल्ली येथे विद्यार्थ्यांशी संवाद व भाषण : दि. २०-१२-२००३.
१४. वेद व्यास विद्यालय, कोझीकोडे येथील भाषण : दि. २५-९-२००३.
१५. चेन्नई येथील पद्म शेषाद्री बाल भवन उच्च माध्यमिक विद्यालयातील विद्यार्थ्यांशी संवाद व भाषण : दि. १-१२-२००५.
१६. भारताचे राष्ट्रपती म्हणून पदग्रहण करताना केलेले भाषण : दि. २५-७-२००२.
१७. तिरुचिरापल्ली येथे विद्यार्थ्यांशी संवाद व भाषण : दि. २०-१२-२००३.
१८. भारताचे राष्ट्रपती म्हणून पदग्रहण करताना केलेले भाषण : दि. २५-७-२००२.

सबला नारी

१. महिला पोलिसांच्या दुसऱ्या राष्ट्रीय परिषदेतील भाषण, मसुरी : दि. २७-७-२००५.
२. महिला पोलिसांच्या दुसऱ्या राष्ट्रीय परिषदेतील भाषण, मसुरी : दि. २७-७-२००५.
३. बिशप कॉटन गर्ल्स स्कूल, बेंगलोर येथील भाषण : दि. ५-११-२००४.
४. प्रीत मंदिर (अनाथ व गरीब मुलांसाठी बालगृह), पुणे येथील भाषण : दि. १-०२-२००५.
५. तिसऱ्या जागतिक महिला विज्ञान संघटनेच्या महासभेत 'नव्या सहस्रकात महिलांचा विज्ञान व तंत्रज्ञानातील संशोधनाचा प्रभाव' या विषयावरील परिषदेत

केलेले भाषण, बेंगलोर : दि. २१-११-२००५.

६. आरबीव्हीआरआर महिला महाविद्यालय, हैद्राबाद येथील भाषण : दि. ५-०८-२००५.

७. तिसऱ्या जागतिक महिला विज्ञान संघटनेच्या महासभेत 'नव्या सहस्त्रकात महिलांचा विज्ञान व तंत्रज्ञानातील संशोधनाचा प्रभाव' या विषयावरील परिषदेत केलेले भाषण, बेंगलोर : दि. २१-११-२००५.

८. महिला पोलिसांच्या दुसऱ्या राष्ट्रीय परिषदेतील भाषण, मसुरी : दि. २७-७-२००५.

९. भारतीय महिला प्रेस कॉर्प्स, नवी दिल्लीच्या वार्षिक समारंभातील भाषण : दि. १९-१०-२००५.

१०. महिला पोलिसांच्या दुसऱ्या राष्ट्रीय परिषदेतील भाषण, मसुरी : दि. २७-७-२००५.

११. आरबीव्हीआरआर महिला महाविद्यालय, हैद्राबाद येथील भाषण : दि. ५-०८-२००५.

ज्ञानसंपन्न समाजाकडे

१. डून स्कूल, डेहराडून येथील भाषण : दि. १९-१०-२००२.

२. इंडियन इन्स्टिटट्यूट ऑफ मॅनेजमेंट, कोझीकोडे येथील भाषण : दि. २५-०९-२००३.

३. 'इंटरनॅशनल कॉन्फरन्स ऑन डिजिटल लायब्ररीज', नवी दिल्ली येथे उद्घाटनपर भाषण : दि. २४-०२-२००४.

४. डून स्कूल, डेहराडून येथील भाषण : दि. १९-१०-२००२.

५. इंडो-यूएस मिलियन बुक डिजिटल लायब्ररी स्टिअरिंग कमिटीच्या बैठकीतील भाषण, नवी दिल्ली : दि. २९-०५-२००५. (व्हिडिओ कॉन्फरन्सिगद्वारे)

६. 'इंटरनॅशनल कॉन्फरन्स ऑन डिजिटल लायब्ररीज', नवी दिल्ली येथे उद्घाटनपर भाषण : दि. २४-०२-२००४.

७. 'डिजिटल लायब्ररी ऑफ इंडिया पोर्टल'च्या उद्घाटनप्रसंगी केलेले भाषण, राष्ट्रपती भवन, नवी दिल्ली : दि. ८-०९-२००३.

८. 'इंडिया एम्पॉवर्ड इव्हेन्ट' मधील सहभागी सदस्यांशी संवाद व भाषण, नवी दिल्ली : दि. २०-१२-२००५.

विकसित भारताची उभारणी

१. बेंगलोर आंतरराष्ट्रीय केंद्राच्या उद्घाटनप्रसंगी केलेले भाषण, बेंगलोर : दि. २१-११-२००५.
२. भारत स्काऊट्स व गाईड्सच्या १५ व्या राष्ट्रीय बाल आनंद मेळाव्यातील भाषण, हरिद्वार : दि. १६-१०-२००५
३. बेंगलोर आंतरराष्ट्रीय केंद्राच्या उद्घाटनप्रसंगी केलेले भाषण, बेंगलोर : दि. २१-११-२००५.
४. चंदीगड येथील बाल विज्ञान काँग्रेस मधील भाषण : दि. ५-०१-२००४.
५. भारताचे राष्ट्रपती म्हणून पदग्रहण करताना केलेले भाषण : दि. २५-७-२००२.
६. चंदीगड येथील बाल विज्ञान काँग्रेस मधील भाषण : दि. ५-०१-२००४.
७. श्रीनगरच्या राष्ट्रीय तंत्रज्ञान संस्थेतील विद्यार्थ्यांशी संवाद : दि. १९-०८-२००४.
८. गुवाहाटी येथे विद्यार्थ्यांसमोर केलेले भाषण : दि. १६-०१-२००३.
९. बेंगलोर आंतरराष्ट्रीय केंद्राच्या उद्घाटनप्रसंगी केलेले भाषण, बेंगलोर : दि. २१-११-२००५.
१०. बेंगलोर आंतरराष्ट्रीय केंद्राच्या उद्घाटनप्रसंगी केलेले भाषण, बेंगलोर : दि. २१-११-२००५.
११. भारताचे राष्ट्रपती म्हणून पदग्रहण करताना केलेले भाषण : दि. २५-७-२००२.
१२. राज्यसभेच्या २०० व्या सत्रात उद्घाटनपर भाषण : दि. ११-१२-२००३.
१३. इंडियन इन्स्टिट्यूट ऑफ मॅनेजमेंट, कोझीकोडे येथील भाषण : दि. २५-०९-२००३.
१४. श्रीनगर येथील राष्ट्रीय तंत्रज्ञान संस्थेच्या विद्यार्थ्यांशी संवाद : दि. १९-०८-२००४.
१५. ५७ व्या प्रजासत्ताक दिनाच्या पूर्वसंध्येला राष्ट्राला उद्देशून केलेले भाषण : दि. २५-०१-२००६.
१६. १२ व्या राष्ट्रीय बाल विज्ञान काँग्रेसमधील भाषण, गुवाहाटी : दि. ३१-१२-२००४.
१७. श्री अरविंद भवन, कोलकाता येथे माताजींच्या १२५ व्या जयंती महोत्सवातील भाषण : दि. २७-०२-२००५.

सुजाण नागरिकत्व

१. राजकोट, गुजरात येथील सौराष्ट्र विद्यापीठात वार्षिक व्याख्यान : दि. १२-०१-२००६.
२. अल अमीन पब्लिक स्कूल, कोची येथील भाषण : दि. २६-०५-२००३.
३. नवी दिल्ली येथील श्री सत्य साई आंतरराष्ट्रीय केंद्र व शाळेतील भाषण : दि. २६-०५-२००३.
४. अल अमीन पब्लिक स्कूल, कोची येथील भाषण : दि. २६-०५-२००३.
५. कोलकत्याच्या रामकृष्ण मिशनमध्ये 'स्वामी विवेकानंद ॲन्सिस्ट्रल हाउस ॲण्ड कल्चरल सेंटर' च्या उद्घाटनप्रसंगी केलेले भाषण : दि. १-१०-२००४.
६. विश्व भारती, कोलकाता येथील विद्यार्थ्यांशी संवाद व भाषण : दि. १-१०-२००४.
७. श्री अरविंद भवन, कोलकाता येथे माताजींच्या १२५ व्या जयंती महोत्सवातील भाषण : दि. २७-०२-२००५.
८. 'ट्रान्स्परन्सी इंटरनॅशनल इंडिया'च्या दक्षिण आशियाई चॅप्टर्सच्या प्रादेशिक परिषदेतील भाषण, नवी दिल्ली : दि. २५-११-२००५
९. नवी दिल्ली येथील श्री साई आंतरराष्ट्रीय केंद्रातील भाषण : दि. ८-०२-२००३.
१० 'कन्व्हेन्शन ऑन इव्होल्यूशन ऑफ अ गुड ह्यूमन बिईंग' मधील भाषण, गुरगाव : दि. १९-०४-२००३.
११. जेएनयू, नवी दिल्ली येथील विद्यार्थी व शिक्षकांशी संवाद व भाषण : दि. १२-०१-२००५.
१२. विश्व भारती, कोलकाता येथील विद्यार्थी व शिक्षकांशी संवाद व भाषण : दि. १-१०-२००४
१३. ५७ व्या प्रजासत्ताक दिनाच्या पूर्वसंध्येला राष्ट्राला उद्देशून केलेले भाषण : दि. २५-०१-२००६.
१४. 'कन्व्हेन्शन ऑन इव्होल्यूशन ऑफ अ गुड ह्यूमन बिईंग' मधील भाषण, गुरगाव : दि. १९-०४-२००३.
१५. सतीश धवन अवकाश केंद्र, श्रीहरीकोटा येथील विद्यार्थ्यांसमोर केलेले भाषण : दि. १०-१०-२००३.

सर्जनशील नेतृत्व

१. इंडियन इन्स्टिटयूट ऑफ मॅनेजमेंट, कोझीकोडे येथील भाषण : दि. २५-०९-२००३.
२. इंडियन इन्स्टिटयूट ऑफ मॅनेजमेंट, कोझीकोडे येथील भाषण : दि. २५-०९-२००३.
३. 'लोयोला इन्स्टिटयूट ऑफ बिझनेस ॲडमिनिस्ट्रेशन, चेन्नई येथील भाषण: दि. १-१२-२००५.
४. तामिळनाडू चेंबर ऑफ कॉमर्स ॲण्ड इंडस्ट्रीजच्या तरुण उद्योजक विद्यालयातील भाषण, मदुराई : दि. २७-०८-२००४.
५. व्हीएससीसी, तिरुवनंतपुरम येथील तरुण अभियंत्यांशी संवाद : दि. २८-०७-२००५.
६. कांचन बाग के.व्ही.स्कूल, हैद्राबाद येथील भाषण : दि. १९-०१-२००४.
७. जादवपूर विद्यापीठ, कोलकाताच्या सुवर्णमहोत्सवी समारंभातील भाषण : दि.१३-०७-२००५.
८. 'लोयोला इन्स्टिटयूट ऑफ बिझनेस ॲडमिनिस्ट्रेशन, चेन्नई येथील भाषण : दि. १-१२-२००५.
९. एस.एस.एन. कॉलेज ऑफ इंजिनिअरिंग, कालवक्कम, चेन्नई येथील भाषण : दि. १७-१२-२००३.
१०. भार्गव सभागृह, पीजीआय, चंदीगड येथील भाषण : दि. २९-०९-२००३.
११. तामिळनाडू चेंबर ऑफ कॉमर्स ॲण्ड इंडस्ट्रीजच्या तरुण उद्योजक विद्यालयातील भाषण, मदुराई : दि. २७-०८-२००४.
१२. नवी दिल्ली येथे लघुउद्योजकांच्या राष्ट्रीय कन्व्हेन्शनमधील व राष्ट्रीय पुरस्कार प्रदान सोहळ्यातील भाषण : दि. २८-१०-२००५.
१३. इंडियन इन्स्टिटयूट ऑफ मॅनजेमेंट, कोझीकोडे येथील भाषण : दि. २५-०९-२००३.
१४. बेंगलोर आंतरराष्ट्रीय केंद्र, बेंगलोर येथील भाषण : दि. २१-११-२००५.

अदम्य जिद्द

१. वेद व्यास विद्यालय, मलप्रभा, कोझीकोडे येथील भाषण : दि. २५-०९-२००३.
२. संजय विद्यालय, गोवा येथील भाषण : दि. १३-०१-२००४.

३. सेकंड लेफ्टनंट अरुण खेत्रपाल यांच्या स्मृतिप्रीत्यर्थ केलेले भाषण : दि. १६-११-२००५.
४. बिशप कॉटन गर्ल्स स्कूल, बेंगलोर येथील भाषण : दि. ५-११-२००४.
५. पोरबंदर येथील 'विवेकानंद इन्स्टिट्यूट ऑफ व्हॅल्यू एज्युकेशन अँण्ड कल्चर' येथील भाषण : दि. १२-१-२००६.
६. बालदिनानिमित्त आकाशवाणीवरून प्रसारित भाषण : दि. १३-११-२००३.
७. संजय विद्यालय, गोवा येथील भाषण : दि. १३-०१-२००४.
८. शिलाँगच्या आसाम रायफल्स वाईव्ज वेल्फेअर असोसिएशनच्या 'अ कॉन्क्लेव्ह एचआयव्ही/एड्स : अ युनिफॉर्म्ड इन्टरव्हेन्शन' च्या उद्घाटन समारंभातील भाषण : दि. २३-०९-२००५.
९. भारतीय विज्ञान संस्थान, बेंगलोर येथील विद्यार्थी व शिक्षकांसमवेत संवाद व भाषण : दि. १४-१०-२००४.
१०. वेद व्यास विद्यालय, मलप्रभा, कोझीकोडे येथील भाषण : दि. २५-०९-२००३.
११. भारती विद्यापीठ, कोलकाता येथील भाषण : दि. १-१०-२००४.
